NGUYỄN XUÂN HOÀNG

NGƯỜI ĐI TRÊN MÂY

NGƯỜI VIỆT BOOKS

NGƯỜI ĐI TRÊN MÂY
Nguyễn Xuân Hoàng

Người Việt tái bản, 2014
Tranh bìa: Nguyễn Man Nhiên
Trình bày: Hạnh Tuyền và Uyên Nguyên

ISBN: 978-1-62988-251-2

Người Đi Trên Mây

MỤC LỤC

THAY LỜI GIỚI THIỆU

Đôi chút nhàn tưởng về nghệ thuật viết tiểu
thuyết - Chữ nghĩa hoài vọng và tình yêu tuyệt
vọng trong tiểu thuyết của Marguerite Duras và
của Nguyễn-Xuân Hoàng

Quyển tiểu thuyết *L'Amant* của Marguerite Duras, xuất bản
năm 1984 được giải Goncourt, đã bán được trên cả triệu ấn bản.
Ba năm sau, năm 1987, tiểu thuyết *Người Đi Trên Mây* của
Nguyễn-Xuân Hoàng được xuất bản, không được giải thưởng
văn chương nào cả và cũng chẳng biết bán được bao nhiêu (nếu
có bán được đi nữa, cao nhất thì chừng vài ngàn quyển). Về giá
trị văn chương tiểu thuyết, Nguyễn-Xuân Hoàng đứng ngang
hàng với Marguerite Duras. Tuy nhiên, tất cả sự so sánh đều vô
lý, vì mỗi tác giả là một thế giới riêng biệt, một nỗi cô độc riêng
biệt, không ai giống ai, mỗi một vị thế trong lịch sử văn học đều
là kết quả của trùng điệp ngộ nhận vô phương cứu chữa. Đặt
tiểu thuyết *Người Đi Trên Mây* của Nguyễn-Xuân Hoàng bên
cạnh tiểu thuyết *L'Amant* của Marguerite Duras chỉ là một cách
nhấn mạnh sự mâu thuẫn tột cùng trong lòng ý thức và vô thức
con người: Tây phương và Đông phương, tình đàn ông và tình
đàn bà, chữ nghĩa và tình yêu, hoài vọng và tuyệt vọng. Nói gọn
lại: chữ nghĩa hoài vọng và tình yêu tuyệt vọng. Nói gọn hơn
nữa: chữ nghĩa: tình yêu: hoài vọng: tuyệt vọng...

Chính sự mâu thuẫn cùng cực trong tiểu thuyết của
Marguerite Duras đã khiến cho bà phải đi trên mây suốt một
đời người, cũng như Nguyễn-Xuân Hoàng bị sự mâu thuẫn ấy ép

buộc trở thành một thứ amant bất đắc dĩ... (Duras uống rượu mây mưa trọn đời, còn Hoàng thì không uống rượu!)

Tuy nhiên, có điều đáng tư lự: tất cả "người yêu" đều là "người đi trên mây", nhưng không phải tất cả "người đi trên mây" đều là "người yêu"... Dù sao, cả hai đều kêu gọi lẫn nhau: *L'Amant* kêu gọi *Người Đi Trên Mây* và *Người Đi Trên Mây* kêu gọi *L'Amant*. Ít nhất đối với người đọc, tình cờ đọc cả hai quyển một lần. Tình yêu là gì? Đi trên mây là đi thế nào? Và ai là người đang hỏi? Chúng ta hãy cùng đi trên mây với Nguyễn-Xuân Hoàng và Marguerite Duras. Trước hết. Đôi điểm di động và bất động trên mây: Thăng, người tình đàn ông, tạm gọi là nhân vật chính trong *Người Đi Trên Mây*, tình cờ gặp Uyên, rồi có những liên hệ tình cảm nào đó với Uyên, đồng thời đâu đó tình cờ gặp Quỳnh, rồi cũng có những liên hệ tình cảm nào đó với Quỳnh; trước khi tình cờ gặp Uyên, tình cờ gặp Quỳnh, Thăng cũng đã tình cờ gặp Lan và cũng có những liên hệ tình cảm nào đó với Lan, rồi lấy Lan làm vợ, để ra hai con, rồi trong tình trạng ly thân, rồi ly dị với Lan thì Thăng đi trên mây với Uyên và với Quỳnh. Sau cùng, Thăng phải tạm quyết định giữa sự mâu thuẫn cùng cực trong cái hiểu và trong cái không hiểu: "Tôi hiểu tôi phải làm gì" (Thăng tự nói thế nơi trang 247 của *Người Đi Trên Mây*) và Thăng đã chọn lựa Quỳnh và "dứt khoát" với Uyên: "Tôi hiểu rằng tôi sẽ chia tay Uyên mãi mãi" (trang 247). Có hẳn là chia tay mãi mãi?

Nhân vật của *L'Amant* là chính tác giả Marguerite Duras. Câu chuyện xảy ra ở Việt Nam, từ Sa Đéc, rồi bắc Vàm Cống, rồi đến Chợ Lớn (Marguerite Duras sanh tại miền Nam Việt Nam năm 1914); một cô con gái người Pháp, mẹ là hiệu trưởng một trường tiểu học, cha mất từ nhỏ, sinh đẻ và lớn lên cái tuổi dậy thì ở miền Nam Việt với người anh và đứa em trai. Những xung đột gia đình giữa người con gái và đứa anh trai, giữa đứa em trai và người anh; cô con gái Pháp nhà nghèo ấy lúc năm 15 tuổi rưỡi, gần 16, cực thịnh của tuổi dậy thì, tình cờ gặp một công tử triệu phú Việt gốc Tàu, lớn hơn nàng đến khoảng trên 10 tuổi; nàng yêu chàng và chàng yêu nàng, tất cả sự khám phá dục tình bùng dậy trong cơ thể sung mãn của cô gái đầm lớn lên trong mùa nóng liên tục của miền Nam Việt. Gia đình cả hai bên đều không thể nào chấp nhận sự liên hệ tình cảm hay tình dục giữa chàng và nàng. Tình tuyệt vọng, nỗi thảm sầu, khoảng năm 17 tuổi, nàng sang Pháp du học và chia tay mãi mãi mối tình đầu hay mối tình sầu. Truyện kết thúc, mấy chục năm sau, nàng trải qua nhiều đời chồng, sinh con đẻ cái, trở thành nhà văn nổi tiếng của nền văn chương Pháp, một hôm tình cờ chàng đi qua Paris với vợ, điện thoại nàng, run rẩy, nói rằng chàng vẫn yêu nàng như xưa, yêu đến chết. Chỉ có thế, trang cuối: "Des années après la guerre, après les mariages, les enfants, les divorces, les livres, il était venu à Paris avec sa femme. *Il lui avait téléphoné... Il lui avait dit que c'était comme avant, qu'il amait encore, qu'il ne pourait jamais cesser de l'aimer, qu'il l'aimerait jusqu'à sa mort*" (*L'Amant*, trang 142).

Tiểu thuyết *L'Amant* của Marguerite Duras bắt đầu bằng chữ "un jour...", một hôm, một ngày nào đó trong đời, và kết thúc bằng chữ "mort", yêu đến chết, đến khi chết, yêu trọn đời cho đến chết. Yêu cho đến chết hay cái chết của chính tình yêu? Không thể giải thích cái gì ra cái gì cả.

Tiểu thuyết của Nguyễn-Xuân Hoàng mở đầu: "Thực tình trong thâm tôi, tôi không có ý định..." và kết thúc: "Tôi không biết điều gì sẽ xảy đến với tôi. *Tôi ôm Quỳnh. Chúng tôi hôn nhau cái hôn nhòa nhạt nước mưa dưới một bầu trời thấp, ẩm đục, giữa một thành phố vắng vẻ và lạnh lẽo, trong tiếng còi hụ của đêm giới nghiêm sau cùng.*" Sự mâu thuẫn cùng độ giữa: "Tôi hiểu tôi phải làm gì" (trang 247, *Người Đi Trên Mây*) và "tôi không hiểu điều gì sẽ đến với tôi" (trang 249). Đi trên mây và biết rằng mình đi trên mây thì vẫn chưa hẳn là đi trên mây. Có ai mà không đi trên mây? Chuyện tình của cả nhân loại đều là sự căng thẳng cùng độ giữa đây và đó; tất cả những câu chuyện tình của trái đất này đều là những tình yêu tuyệt vọng (tình yêu thành công chỉ là một hình thức khác của tình yêu tuyệt vọng). Trong quyển *L'Homme Revolté*, Albert Camus nói về nghệ thuật tiểu thuyết và soi sáng sự việc một cách bất ngờ: "tất cả mọi người đều muốn làm cuộc đời mình trở thành một tác phẩm nghệ thuật. Chúng ta muốn tình yêu được trường tồn và chúng ta biết rằng tình yêu không trường tồn được; nếu họa hoằn tình yêu có trường tồn trọn đời đi nữa (nhờ một phép lạ nào đó) thì tình yêu ấy vẫn dang dở, không trọn vẹn." (Không có sẵn nguyên tác chữ Pháp ở đây, xin đọc bản Anh: "In this sense, everyone tries to make this life a work of art. *We want to love to last and we know that it does not last; even if, by some miracle, it were to last a whole lifetime, it would still be incomplete*" – Albert Camus, *The Rebel*, trang 260).

Sự hoài vọng của chữ nghĩa làm thành một tác phẩm nghệ thuật; và tình yêu, dù là tình yêu trường tồn trọn kiếp, vẫn là tình yêu dang dở, không trọn vẹn. Khi tình yêu được viết ra thành tiểu thuyết, dù tình yêu ấy là tình yêu trọn vẹn thì sự trọn vẹn tình yêu ấy chỉ là sự trọn vẹn của tình yêu trong nghệ thuật, nghĩa là chữ nghĩa hoài vọng đến sự trọn vẹn của chính chữ nghĩa, và điều ấy làm tất cả tình yêu trọn vẹn trong đời sống trở thành dang dở, thiếu mất trọn vẹn. Có chăng tình yêu trọn vẹn trong đời sống? Ai trả lời được? Người ta thường nói: "Tình yêu chỉ có trong tiểu thuyết", nhưng sự thực thì ngay trong đời sống, chỉ có tiểu thuyết mới làm tình yêu xuất hiện như là tình yêu với đủ mọi hình thái. Dù con người trong đời sống không bao giờ viết tiểu thuyết và không bao giờ đọc tiểu thuyết đi nữa, mỗi khi yêu hay mỗi khi tạm gọi là "yêu", con người đã tự kể chuyện hay tự kể chuyện với mình với người khác. Từ chuyện đến truyện và từ truyện đến chuyện tất cả đều bắt đầu bằng một câu chuyện và chấm dứt bằng một truyện, hay ngược lại tất cả bắt đầu bằng một truyện và chấm dứt bằng một câu chuyện; hoặc đôi khi truyện trong chuyện và đôi khi khác, chuyện trong truyện. Người không viết văn thì bắt đầu thường khi với câu chuyện và chấm dứt với chuyện. Còn người viết văn thì bắt đầu bằng chuyện và chấm dứt bằng truyện. Nhiều khi truyện lại bắt đầu bằng chuyện khác. Thực là nhiều chuyện! Thế mà vẫn chưa hết chuyện: Jean-Paul Sartre, trong khoảng trên 50 trang đầu tiểu thuyết *La Nausée* đã dí dỏm cho ta thấy sự mâu thuẫn cùng cực của chữ nghĩa hoài vọng và tình yêu tuyệt vọng [không sẵn bản chữ Pháp, xin đọc bản tiếng Anh, *Nausea*, trang 56 – 59]:

"Để cho biến cố tầm thường nhất trở nên một cuộc phiêu lưu, người ta chỉ cần bắt đầu kể chuyện về cái biến cố tầm thường ấy. Đó là điều lường gạt người đời: bất cứ con người nào cũng luôn luôn là một người kể chuyện, hắn sống và được (bị) vây phủ bởi những câu chuyện của hắn và những câu chuyện của những người khác. Hắn nhìn mọi sự xảy đến hắn xuyên qua những câu chuyện này, và hắn cố gắng sống cuộc đời hắn như là một câu chuyện mà hắn đang kể... *(For the most trivial event to become an adventure, all you have to do is to start telling about it. This is what deceives people: a man is always a teller of stories, he lives surrounded by his stories and the stories of others, he sees everything which happens to him through these stories, anh he tries to live his life as if it were a story he was telling)* [Sartre, *Nausea*, trang 56 – 59].

Xô đẩy lời nói trên của Jean-Paul Sartre qua bình diện triết lý thì chúng ta thấy được trọn vẹn tất cả những ý nghĩa "siêu hình" phong phú của siêu việt tính trong ý thức con người. Ý thức là ý thức, vì ý thức đi ra ngoài, vượt qua cái ở đây và phóng tới cái ở đó; cái ở đó có thể là trên trời, dưới đất, hôm qua và tương lai, nỗi chết và tình yêu, sự dang dở và sự trọn vẹn; ở đây là đời sống, và đời sống vẫn luôn luôn là câu chuyện; câu chuyện là siêu việt tính của đời sống; đời sống vẫn luôn luôn có ý nghĩa là kể chuyện đời sống hay đời sống được kể lại: tôi không bao giờ sống thực sự, tôi chỉ sống qua chuyện sống và qua sống chuyện. Sự sai lầm của Jean-Paul Sartre là khi Sartre ép buộc chúng ta phải chọn lựa: sống hoặc kể chuyện (but you have to choose: live or tell) (*Nausea*, trang 56). *Sống chính là kể chuyện, Jean-Paul Sartre cố sống thế nào để không kể chuyện: Sartre viết truyện.* Chuyện trở thành truyện. Sức mạnh mê hoặc của chữ nghĩa vẫn luôn hoài vọng thực tại: câu chuyện tuyệt vọng của tình yêu trở thành truyện tình yêu tuyệt vọng.

Sartre, giống như Marguerite Duras, giống như Nguyễn-Xuân Hoàng, đều là những người đã bị chữ nghĩa hoài vọng thúc đẩy từ lúc nhỏ, đã bị truyện thúc đẩy vào chuyện và biến đổi chuyện thành truyện. Có lẽ ai cũng thế?

Sartre, Duras và Hoàng đã viết trong đầu khi đang yêu và đang khi yêu thì sắp viết. Sartre đã thế từ nhỏ (đọc *Les Mots*), Marguerite Duras đã vén màn cho chúng ta thấy thế, *L'Amant*, trang 29: "Mười lăm tuổi rưỡi... *Tôi muốn viết văn. Tôi đã nói với mẹ tôi thế: điều tôi muốn chỉ là thế: viết*" (*Quinze ans et demi... Je veux écrire... ce que je veux c'est ca, écrire...*)

Điều đáng lưu ý: mười lăm tuổi rưỡi, bắt đầu yêu và bắt đầu muốn viết... *Yêu và viết xảy ra đồng lúc, yêu là viết trong đầu một chút...*

Nguyễn-Xuân Hoàng không nói thế, nhưng vẫn nói thế bằng một cách khác, qua sự xuất hiện hình ảnh bức tranh tự họa của Van Gogh, xuất hiện kín đáo và một cách quyết liệt nhất trong toàn thể quyển *Người Đi Trên Mây*, đến nỗi: "Còn một mình trong căn phòng đọc sách buồn bã tôi ngắm bức tự họa của Van Gogh tưởng chừng như thấy khuôn mặt của chính mình" (trang 25). Cái gì động đậy nơi đây? Sự xung đột giữa nghệ thuật và đời sống? Hoài vọng nghệ thuật đã kín đáo chuyển hóa từ hội họa đến chữ viết; Nguyễn- Xuân Hoàng đã vẽ chuyện tình của mình qua một bức tranh nhìn thấy trước: thay vì kể chuyện, Nguyễn-Xuân Hoàng đã kể truyện trước qua hình ảnh người đi trên mây tuyệt vời nhất, một người trọn vẹn sống hết mình cho nghệ thuật: Van Gogh. Nói một cách khác, tầm thường và dễ hiểu, dù không có bức tranh tự họa của Van Gogh thì từ lúc 15 tuổi rưỡi (cứ tạm đánh dấu thời gian theo điệu Marguerite Duras), Nguyễn-Xuân Hoàng đã tự họa trong đầu (hay tự viết trong đầu) trước khi "yêu" và "sống". Sống là một cách viết, dù có chữ nghĩa hay không. Từ khi tiểu thuyết đúng nghĩa là tiểu thuyết (Cervantes và *Don Quichotte*, Don Quixote ở thế kỷ XVI; Don Quixote được viết vào khoảng 1603 và 1605), cho đến tiểu thuyết chống tiểu thuyết (anti-roman, chữ của Sartre dùng để gọi cái tự nhận là "tiểu thuyết mới" –nouveau roman) tiểu thuyết chỉ đặt lên dấu hỏi về THỰC TẠI CỦA THỰC TẠI (Octavio Paz, trong quyển *The Bow and The Lyr*, nói về thi ca và đề cập tiểu thuyết, đã bất ngờ, chỉ điểm ngay vào trung tâm điểm của nghệ thuật tiểu thuyết, trang 208: "... *(the novel) is a question about the reality of reality*"). Thực tại của Thực tại là viết về cái bị viết. Viết là thực tại? Tất cả tham vọng của tiểu thuyết gia đúng nghĩa là: viết về thực tại như là thực tại. Nhưng thực tại cũng có thể là ảo tưởng của thực tại và thực tại của ảo tưởng, và chính ảo tưởng của ảo tưởng lại là thực tại như là thế. Sau cùng và tuyệt vời nhất, với Samuel Beckett thì thực tại của thực tại lại là không thực, là hư vô, là không Tánh: "Không có gì thực hơn cái không thực" (Nothing is more real than nothing). Lúc viết về Proust, Beckett đã nói lên sự thực tàn bạo và khủng khiếp: "Nghệ thuật là sự phong thần nỗi cô độc. Không có sự truyền thông giao cảm nào cả giữa con người với con người vì không thể có cái gì khả dĩ dùng để truyền đạt sự giao cảm" (Samuel Beckett, Proust, trang 47: "And art is the apotheosis of solitude. *There is no communication because there are no vehicles of communication*").

Những nhà phê bình thời thượng có thể ung dung tự tại cho rằng *Người đi trên mây* và *L'Amant* không phải là "văn chương nhập cuộc" ("littérature engagée", chữ thời thượng của Sartre), nhưng có sự nhập cuộc nào vĩ đại lớn lao cho bằng sự nhập cuộc vào chính sự cô độc vô phương cứu chữa của tất cả con người trên mặt đất? Một bậc thầy văn chương nhập cuộc, André Malraux, suốt đời hành động, nhập cuộc, "dấn thân" trọn vẹn, cũng phải thú nhận qua quyển tiểu thuyết cuối cùng *Les Noyers de l'Altenburg* rằng tất cả những hành động đều phù phiếm, lịch sử là ảo giác, tâm lý học Tây phương là ảo tưởng và con người vẫn là cô độc trong sự trống rỗng bao la của vũ trụ... Malraux đã nhìn thấy gì?

Bỏ ra ngoài tất cả những "thí nghiệm" phù phiếm của loại văn chương "nhập cuộc" và loại văn chương "chống nhập cuộc", bỏ ra ngoài loại tiểu thuyết "chống tiểu thuyết" và loại tiểu thuyết gọi là "mới", phải nhận rằng sự thực phũ phàng của tất cả chữ nghĩa là một "ẩn dụ" (siêu chuyển dụ, metaphor) hoài vọng về một siêu chuyện dụ (ẩn dụ) khác; dù Alain Robbe-

Grillet đã chống đối việc sử dụng metaphor trong tiểu thuyết, nhưng sự chống đối đó cũng bị kẹt lại trong một siêu chuyển dụ vô phương cứu chữa: "tạo tác một đối tượng" (F. John Weightman, *Alain Robbe-Grillet in The Novelist as Philosopher*, edited by John Cruickshank, trang 238, và trang 230 - 252).

Từ lúc nào sự vật và sự việc biến thành đối tượng (object, object)? Alain Robbe-Grillet vẫn chưa có đi đủ hành trình triết lý Tây phương để nhìn thấy hết tất cả những chuyển động "siêu hình học" (siêu thể học), từ ontology của triết lý Hy Lạp đến Descartes, đến Hư vô của Plato (Platon), Hư vô của Kant, Hư vô của Hegel, Hư vô của Nietzsche và Heidegger, và nhất là trong lãnh vực văn chương tiểu thuyết: Hư vô của Samuel Beckett. "Đối tượng" nào xô đẩy được hư vô đi vào tuyệt lộ? *Cái vị thế đặc biệt của Nguyễn Xuân Hoàng và Marguerite Duras không nằm trong những "thí nghiệm" phù phiếm của văn chương nhập cuộc và văn chương phi nhập cuộc, văn chương mới và văn chương cũ.* Hoàng và Duras đã ở chỗ khác. Truyện của Hoàng và Duras không phải là chuyện mà là truyện. Và truyện có thể là về cái này hoặc về cái kia hoặc không về cái gì cả. Chính sự căng thẳng cùng độ trong truyện của Hoàng và Duras đã khiến chúng ta suy nghĩ, nhất là khi sự căng thẳng ấy đã được giấu kín qua sự bình thường của câu chuyện tình dang dở. *Chuyện bình thường căng thẳng cùng độ với truyện.* Thực ra không có sự căng thẳng nào trong câu chuyện của Hoàng và Duras, ngoài sự căng thẳng vô hình giữa truyện và chuyện, giữa truyện đang viết trong đầu và chuyện tình yêu đang "sống", giữa hoài vọng của chữ nghĩa và tình yêu tuyệt vọng, vì chữ nghĩa tạo ra tình yêu và chữ nghĩa đã làm sụp đổ tất cả tình yêu, đang khi chính chữ nghĩa là điều kiện khả tính cho tất cả tình yêu. Không thể sống mà không kể chuyện, lại còn không thể sống nổi khi mình phải kể truyện. Dù một người không biết đọc và không biết viết, người ấy cũng bị chữ nghĩa loài người tạo đủ âm binh tàn phá. Có lẽ chết đi rồi, cũng phải kể chuyện hoặc kể truyện. Sống kiếp này viết, và kiếp sau, cũng phải viết, viết có chữ nghĩa hay không chữ nghĩa. Một siêu chuyển dụ "chết" cho một siêu chuyển dụ "sống".

... Với lối viết bình dị thông thường, Nguyễn-Xuân Hoàng nói lên bi kịch của một người đi trên mây theo câu chuyện của "người khác" hay bi hài kịch của một người không đi trên mây theo cái truyện của mình phải viết để biết mình là ai... Một người đã tự nhận thấy mình trong bức Tự họa của Van Gogh thì nhất định không thể là người đi trên mây và người ấy chính là mây, là mộng, hoạn, bào, ảnh, như lộ diệc như điện... Van Gogh là lý tưởng đúng nhất của Nguyễn-Xuân Hoàng: Người ấy hy sinh tất cả cho nghệ thuật, hy sinh tất cả tình yêu cho một cái gì khác rất mong manh, thoáng hiện thoáng mất. Đôi dòng chữ nghĩa đôi câu chuyện tình và một truyện không bao giờ chấm dứt. Hay chỉ tạm chấm dứt. Cái ý nghĩa tuyệt vời nhất có thể trao tặng cho Nguyễn-Xuân Hoàng và Marguerite Duras là như thế này: truyện *Người đi trên mây* không kể chuyện gì khác, ngoài chính cái truyện kể truyện về chính cái truyện, cũng như truyện *L'Amant* kể truyện về chính cái truyện ấy. Quyển tiểu thuyết được coi là vĩ đại nhất của thế kỷ XX là tác phẩm của James Joyce (*Ulysses* và *Finnegans Wake*). Bao nhiêu thế hệ phê bình gia lỗi lạc từ trên nửa thế kỷ đã tìm hiểu ý nghĩa của tác phẩm James Joyce; người thì cho ý nghĩa là như thế này, người thì cho ý nghĩa là như thế kia (chẳng hạn T. S. Elliot thì cho rằng Joyce dùng "phương pháp thần thoại" – "a mythical method"), người thì cho rằng Joyce viết về sự trở về quê hương trong ý nghĩa nóstos của Homer, người thì cho rằng Joyce viết về cái chết, và có người phải đợi đến lần tái bản năm 1984, sau khi đã hiệu đính lại trên 5,000 lỗi in sai, thì mới biết rằng Joyce viết về tình yêu; tóm lại, tất cả những phê bình gia đều cố tìm hiểu ý nghĩa căn bản trong mọi ý nghĩa. Chỉ có Samuel Beckett đã nói lời tối hậu: "Tiểu thuyết của JOYCE là nói về chính tiểu thuyết ấy" (his novel is about itself). Lời nhận xét thiên tài của Samuel Beckett có thể được xem như là nguyên lý tối thượng cho sự phê bình văn nghệ, để phê bình tất cả mọi ý nghĩa hay vô nghĩa của tất cả mọi tiểu thuyết (chuyện hay là truyện?). Từ đó việc viết tiểu thuyết và việc đọc tiểu thuyết không còn là sự tiêu khiển "đi trên mây", và trở thành một câu hỏi chết sống, đâm thẳng vào trái tim của thực tại, thực tại của thực tại... Nguyễn-Xuân Hoàng đã hiểu thế và đã viết một truyện về chính cái truyện, cũng như Marguerite Duras đã làm thế, cũng như bất cứ nhà văn nào đúng nghĩa đều đã làm thế, vô thức hay ý thức. Kẻ Tà Đạo *trở thành* Người Đi Trên Mây, *cũng như quyển* Un Barrage Contre Le Pacifique *của Marguerite Duras trở thành quyển* L'Amant. Kẻ Tà Đạo *của Nguyễn-Xuân Hoàng và* Un Barrage Contre Le Pacifique *đều là truyện dài và trở thành truyện khác, ngắn hơn, nhưng vẫn là truyện về chính truyện.*

Và truyện không phải chỉ là chuyện. Albert Camus đã kể chuyện về Balzac trong *L'Homme Révolté* khi đề cập đến vấn đề nổi loạn và tiểu thuyết: "Một lần Balzac nói chuyện lâu dài về chính trị và vận mạng thế giới...", rồi sau đó Balzac ngừng nói, rồi nhập đề: "Bây giờ chúng ta hãy trở lại những vấn đề quan trọng". Camus cho biết rằng những vấn đề quan trọng ấy chính là những quyển tiểu thuyết của Balzac... Những vấn đề quan trọng hơn chính trị và vận mệnh thế giới: tiểu thuyết và viết tiểu thuyết. Balzac đã nhảy vào truyện sau khi đã nói chuyện. Mây đã tan biến.

Garden Grove, 7 tháng Ba – 1988

PHẠM CÔNG THIỆN

Chương 1

Thực tình trong thâm tâm tôi, tôi không có ý định đến dự buổi tiệc này. Tại sao tôi cũng không hiểu. Có thể có nhiều lý do, nhưng xét cho cùng, chẳng có lý do nào là chính đáng.

Trước hết, có lẽ vì tôi không hề quen biết người đứng mời, mặc dù chủ nhân không phải là một tên tuổi xa lạ trong lúc này, giữa những ngày đầy biến cố sôi động của Sài Gòn.

Lại nữa, tôi vốn không ưa thích lắm đám đông, nhất là đám đông của những tiệc tùng đình đám. Bầu không khí của những dạ tiệc càng làm tôi lo sợ hơn. Y phục kiểu cách, lịch sự giả dối, ngôn ngữ kênh kiệu... Tất cả những thứ đó làm tôi ngộp thở. Họ nói chuyện chính trị và kinh tế pha trộn trong mùi nước hoa, và màu sơn móng tay...

Sau cùng, tôi do dự vì tấm thiệp mời đã đặt tôi trước hai thái độ của đám bạn tôi. Một đứa khi cầm trên tay giấy mời in tuyệt đẹp với dấu nổi bằng khẩn ghi rõ tên tuổi của một chức sắc cao cấp trong Hội Đồng Nội Các đã cười cười nói nói với tôi rằng đến làm chi cái thế giới quân phiệt và tài phiệt kia, nơi chỉ có luồn cúi và bưng bợ, lò thiêu hủy nhân cách con người. "Đến chợ Đủi đi, bọn tao chờ mày ở đó!" Đám khác thì khuyên tôi nên đi, đó là một cơ hội bằng vàng, phải mở rộng cánh cửa quen biết. "Cho dù mày không ưa cái xã hội thượng lưu đó, chắc chắn sẽ có lúc mày cần đến nó! Vả lại được bắt tay ông Phan lúc này đâu phải là chuyện chơi! Đi đi con ạ! Chớ có ngu!"

Tôi biết chắc là tôi sẽ lạc lõng trong cái thế giới quyền lực và hào nhoáng kia, nhưng không hiểu cái gì đã xô đẩy tôi, vô hình nhưng mạnh mẽ.

Qua khỏi cánh cổng hẹp có lính gác tôi bước vào một khu vườn rộng. Dưới mỗi gốc cây là một bàn vuông nhỏ bốn chỗ ngồi với nến ba ngọn và thức uống. Khách đến đã khá đông. Tôi thấy chủ nhân, ông bà Phan, đứng trên bực cấp cao của ngôi biệt thự.

Tôi đang lớ ngớ thì một người đàn ông cao lớn, tóc cắt cao, mặt bạnh bước về phía tôi. Chân thẳng, đầu cúi thấp, giọng kiểu cách, anh ta nói:

"Xin lỗi ông. Chúng tôi sẽ rất hân hạnh được biết quý danh!"

Tôi nhìn hắn hơi ngạc nhiên, nhưng rất kịp thời tôi trả lời:

"Thăng. Trần Lâm Thăng. Làm nghề dạy học."

Hắn nghiêng đầu, đưa tay mời:

"Xin mời giáo sư."

Hắn đưa tôi đến trước mặt ông bà Phan, đứng nghiêm, giọng nhỏ, nhưng rõ ràng:

"Bẩm cụ. Giáo sư Trần Lâm Thăng!"

Ông Phan đưa tay cho tôi bắt. Bàn tay ông mập và mềm, mấy ngón tay ú nhão. Ông có đôi mắt nhỏ nhưng khóe nhìn sắc sảo. Cái nheo mắt của ông như thầm hỏi người hầu cận tôi là ai. Người đàn ông cao lớn, nhắc lại một lần nữa, giọng dõng dạc:

"Bẩm cụ. Giáo sư Trần Lâm Thăng!"

"Cậu Thăng! Trời ơi! Cậu là cậu Thăng đây hả?" Giọng ông mừng rỡ.

Ông quay sang người đàn bà đứng bên:

"Bà này, đây là cậu Thăng con của anh Thành người bạn cố tri của tôi mà tôi vẫn thường nhắc với bà đó!"

Bà Phan khoảng tuổi trung niên và là một người đàn bà đẹp. Trán vở kiêu hãnh, đôi mắt lớn, nụ cười hiền. Bà nhìn thẳng vào mắt tôi, giọng tình cảm:

"Chúng tôi rất vui mừng được biết cậu, cậu Thăng ạ! Nhà tôi vẫn nhắc đến ba cậu và cậu luôn!"

Tôi hơi ngạc nhiên về mối liên hệ bất ngờ giữa ông bà Phan và cha mẹ tôi. Tôi là đứa con thứ mười trong một gia đình có mười hai anh em. Từ khi tôi hiểu thế nào là đồng tiền và giá trị đổi chác của nó, tôi biết gia đình tôi luôn luôn sống trong một tình trạng túng thiếu. Cha tôi thì suốt ngày say sưa chè chén, và má tôi thì đầu tắt mặt tối, lam lũ như một người đàn bà nhà quê. Còn ông Phan từ lâu được mô tả như là một trong những khuôn mặt lớn trong sinh hoạt chính trị Việt Nam, một người đang theo đường lối chính sách của Hoa Kỳ tại bán đảo Đông Dương. Cũng có nguồn tin nói rằng ông Phan có khuynh hướng thân

Pháp. Lý do là vì người cầm đầu chính phủ Pháp hiện nay trước kia từng là "copain" của ông. Họ đã từng cùng chiến đấu dưới một màu cờ tam tài trong cùng một binh chủng và ở cùng một đơn vị. Vai trò của ông Phan vì thế được chú ý một cách đặc biệt. Ông Phan, thí sinh số một đang được choàng hoa và đánh bóng kỹ nhất ở đây trong lãnh vực chính trị, đang cầm giữ tay tôi trong tay ông. Bàn tay ông mập mềm, rịn mồ hôi làm tôi ghê sợ. Tôi muốn rút tay ra, nhưng cái bắt tay đầy nhiệt tình của ông, và nhất là đôi mắt ông sáng lên thứ ánh sáng thân ái khiến tôi vừa không nỡ vừa không dám kéo tay ra.

Tôi không biết nói gì. Sự bỡ ngỡ làm tôi câm như hến. Tôi nhìn chăm vào mắt ông.

"Thưa ông bà, thật là một vinh hạnh lớn cho tôi." Tôi nói như một kép cải lương.

Ông Phan có vẻ không quan tâm đến điều tôi nói.

Ông thả tay tôi ra, rồi đặt cả hai bàn tay ông lên vai tôi.

"Bà thấy không, nó giống anh Thành như đúc."

Người đàn bà không trả lời chồng, chỉ khẽ gật đầu, nhìn tôi thiện cảm.

Sau cùng ông Phan nói:

"Mời cậu Thăng vào trong nhà. Chúng tôi có câu chuyện muốn bàn với cậu."

Ông thu hai tay lại, hất hàm về phía người cận vệ.

"Xin mời ông!"

Theo chân người nhà ông Phan, tôi băng qua một phòng khách rộng, trần nhà cao, sơn trắng. Một chùm đèn lớn chụp pha lê treo giữa phòng tỏa ra một thứ ánh sáng vàng ấm áp. Bàn ăn đặt dài ở hai góc. Một quầy rượu đặt ở góc chéo cuối phòng. Khách khứa, như tôi có thể hình dung trong trí, ăn mặc hợp thời trang, nói năng nhã nhặn lịch sự. Tuy vậy đám trẻ chiếm đa số, và người lớn có vẻ như là phụ huynh đi theo con để canh chừng chúng hơn là chính mình tham dự. Tôi thấy mấy người đàn bà tụ thành nhóm nhỏ, cười cười nói nói. Còn đám đàn ông với thuốc lá trên môi, ly rượu trên tay đang sôi nổi trò chuyện. Điều rất giống nhau nơi họ mà tôi có thể nhận ra được ngay là quần quần áo áo. Họ ăn mặc đẹp và sang. Họ nói chuyện thời sự quốc tế và những đổi thay sắp tới trong Hội Đồng Nội Các. Tuy vậy, lẫn giữa những vấn đề trọng đại của tình hình chiến sự tôi nghe được câu chuyện về màu sắc của chiếc cà vạt, loại vải mới để may bộ veste và giá tiền của một chiếc ô tô của một hãng danh tiếng.

Đi ngang qua quầy rượu, tôi dừng lại, nhón một quả ô liu và bưng một ly. Khi tôi quay lại người nhà ông Phan đã đi đàng nào. Tôi không gặp một ai quen trong đám khách ông Phan, nhưng thấp thoáng đâu đó tôi thấy một vài khuôn mặt đã từng xuất hiện trên truyền hình báo chí. Bỗng nhiên tôi nhớ đến đám bạn tôi. Giờ này ở Chợ Đủi, có lẽ Ký đang đọc thơ, Nghĩa đang ngó lên trời cười một mình với cái ý tưởng "kinh tế học" nào đó trong đầu hắn, Lộc đang chửi thề, nhắc lại những ngày vui ở Paris... Có lẽ ngoài quán Cái Chùa, Phùng đang ngồi trước ly cà phê, chiếc kính cận tụt xuống sóng mũi, Tâm đang đốt liên tu hồ tận những điều thuốc đen, Đình đang bàn chuyện cá ngựa, những "tuyệt phích" của ngày mai, và Nhật đang... "Rất ân hận". Tôi dừng lại, nâng ly rượu lên trán, chào các bạn trong trí tưởng tượng và uống một hơi cạn...

Chỉ có chừng này thôi sao? Đổi một buổi tối họp mặt bạn bè chỉ để nhìn ngó chừng này con người xa lạ, và uống một ly rượu?

Rượu, ở đâu mà chả có. Vả lại tôi đâu phải là bợm nhậu. Tôi uống kém nếu không muốn nói là tồi, dưới mức trung bình. Ký vẫn gọi tôi là tên phá mồi. Nhưng, thiếu một thằng phá mồi trong một bữa nhậu cũng coi như là vắng một thằng nhậu... Tuy vậy, tôi không phải thất vọng lâu. Ở cuối phòng, tôi thấy một khuôn mặt dễ thương, hai con mắt đen, tóc chải cao để lộ một chiếc trán bướng, áo màu tím sẫm, cổ hở rộng, giữa ngực là một chuỗi hạt lấp lánh trên một làn da trắng muốt... Vây quanh cô gái là các cậu trai ăn mặc như các công tử...

Người thiếu nữ nói, và sau mỗi câu nói của cô tôi nghe rộ lên những tiếng cười. Tôi không biết cô nói gì, nhưng rõ ràng là cô đang được tán thưởng. Sắc đẹp dù ở đâu cũng được tán thưởng (!)

"Xin lỗi giáo sư. Tôi tìm ông mãi!"

Người nhà ông Phan chụp lấy tôi, mừng rỡ như tìm được món đồ tưởng đã mất.

"Cụ Phan muốn nói chuyện với giáo sư."

"Ngay bây giờ?" Tôi hỏi.

Hắn đưa tay dẫn đường

"Thưa giáo sư, lối này ạ!"

Tôi khó chịu khi nghe ai gọi mình là giáo sư. Danh xưng ấy không hợp với tôi trên nhiều phương diện. Tôi dạy học bởi vì tôi không có khả năng chọn một nghề nào khác như lòng tôi mơ ước, chứ không phải vì tôi có thiên chức của một nhà giáo. Tôi nộp đơn vào binh chủng không quân ngay khi vừa đậu Tú Tài hai, nhưng mẹ tôi đã than khóc trì kéo. Bà nói nhà có hai đứa con trai. Thằng anh mày đi Biệt động Quân cũng đủ rồi. Mày phải ở nhà. Tao muốn mày học bác sĩ. Tôi vâng lời mẹ ghi danh theo học y khoa và tôi thất bại. Nghề đó không dính gì đến tôi. Tôi đậu vào Quốc Gia Hành Chánh và tôi đã bỏ nó ngay sau tuần lễ đầu. Tôi học Sư Phạm bởi vì một lẽ giản dị Đà lạt là một thành phố đẹp. Và một phần cũng vì cái học bổng ở đó tôi có thể tự nuôi thân tôi mà không làm phiền lụy ai.

Đi theo anh ta đến cuối phòng, ngang qua chỗ cô gái, tôi thấy hình như họ đang chơi một trò chơi gì đó. Cô gái chỉ tay vào mặt một cậu trai hỏi:

"Sẽ làm gì nếu tôi nói ghét anh?"

Cậu trai do dự rồi đáp:

"Đớp ngay hai tô phở!"

Thiếu nữ phá lên cười và cả đám vỗ tay cười theo. Người nhà ông Phan mở cánh cửa nhỏ đưa tôi vào căn buồng, với tay bật nút điện. Sau đó anh ta nghiêng đầu chào tôi, rồi bước lui, nhẹ nhàng khép cửa bỏ lại tôi một mình.

Phòng giống như một thư viện loại bỏ túi. Hai bức họa khá lớn chiếm gần hết một mảng tường. Một tấm sơn dầu thuộc loại sao lại, là tác phẩm Tự Họa của Van Gogh, còn bức kia là của họa sư Utamoro Kitagawa vẽ hai diễn viên Kabuki. Phần còn lại là những kệ sách cao. Nhưng những cuốn ngang tầm mắt mà tôi có thể đọc được là Hồi Ký của Winston Churchill, Charles de Gaulle, André Malraux... Và ngay kệ dưới là Sứ Quân của Niccolo Machiavelli, Cuộc Chiến Đấu Của Tôi của Adolf Hitler, Tư Bản Luận của Karl Marx, Dân Sự Bất Phục Tùng của Henry David Thoreau...

Thật tình mà nói loại sách này tôi đọc chỉ là vì nghề nghiệp chứ không phải là ưa thích. Trong tủ sách tôi có một chỗ trang trọng dành cho Chùa Đàn của Nguyễn Tuân, Thác Đổ Sau Nhà của Võ Phiến, Bếp Lửa của Thanh Tâm Tuyền, Dòng Sông Định

Mệnh của Doãn Quốc Sỹ, Những Vì Sao của Alphonse Daudet, Bà Bovary của Gustave Flaubert... nhưng thiếu chỗ cho Hữu Thể và Hư Vô của Jean-Paul Sartre, hoặc Siêu Hình Học Là Gì? của Martin Heidegger, hoặc Triết Lý Đã Đi Về Đâu? của Trần Đức Thảo...

Dù sao tôi đã lấy ra khỏi kệ cuốn Sứ Quân của Machiavelli. Tôi lơ đãng lật từng trang sách và tôi dừng lại ở Chương Mười Bảy, màu mực đỏ gạch dưới hai câu:

"Độc ác hay độ lượng? Để cho dân sợ hãi hơn là dân thương mến?"

Bên lề trang sách có giòng chữ cũng màu đỏ "Trong cộng đồng nhân loại uy quyền xây trên nền tảng vũ lực!"

Tôi nghĩ tới ông Phan, chánh sách nào ông đang theo đuổi, liên hệ nào ông có với gia đình tôi? Hồi còn sống cha tôi không hề nhắc đến một người nào tên Phan. Tôi cố gõ cánh cửa ký ức nhưng chỉ là vô vọng. Ông Phan không có trong ngăn kéo của những hoài niệm tôi.

Nhưng không lâu lắm tôi nghe có tiếng gõ cửa, và tiếp ngay đó, cửa xịch mở. Ông Phan hiện ra giữa phòng, nang theo ánh sáng, âm nhạc và tiếng động bên ngoài.

Tôi đứng bật dậy với cuốn sách trên tay.

"Chắc cậu chờ tôi lâu lắm, phải không?"

"Thưa ông..."

Tôi xếp sách lại kẹp vào nách, đứng thẳng hai tay bắt chéo.

"Cậu đừng ngại", ông ngắt lời, "Cứ tự nhiên như ở nhà! Bất ngờ tôi có một ông khách trong Ngoại giao đoàn..."

Ông quay một ô trong kệ sách, bấm một chiếc nút, cánh cửa nhỏ bật ra, và tôi thấy những chai rượu tây xếp dọc trong tủ.

"Cậu Thăng uống loại gì nào?"

"Cám ơn ông..."

"Đừng nói chuyện không biết uống rượu với tôi. Con nhà tông không giống lông cũng giống cánh chứ, Remy Martin hay Hennessy nào?"

"Dạ!" Tôi ngập ngừng.

"Được! Vậy là tốt. Không khách sáo thế là tốt!" Ông Phan không hiểu tiếng *dạ* của tôi.

"Thưa ông, tôi có điều thắc mắc!"

"Thắc mắc? Thôi để qua một bên đi. Trước hết hãy uống một ly mừng ngày gặp gỡ con trai anh Thành. Rồi sau muốn gì hẳn nói!"

"..."

"Ba cậu là tay nhậu có hạng. Còn cậu thì sao? Thôi ngồi xuống đây đi cậu Thăng!"

Ông đặt chiếc ly không lên bàn, kéo hộc tủ, lui cui lục lọi hồi lâu trong đống giấy tờ rồi mang đến trước mặt tôi một tấm ảnh đã ngã màu.

"Cậu có nhận ra người này là ai không?"

Ngón tay ông trỏ lên khuôn mặt một người đàn ông râu ria xồm xoàm. Đó là một người lính mặc áo trận rộng, tay phải chống lên hông, chỗ đeo cây súng ngắn, tay trái choàng qua vai một người lính khác lùn và gầy hơn. Cả hai rõ ràng là người Á

Đông đứng giữa những tên mũi lõ… Tôi ngước mắt nhìn ông Phan và bắt gặp ông cũng đang nhìn tôi.

Thật ra không cần nhìn kỹ tôi cũng có thể biết người có râu trong ảnh là ai. Trong phòng cha tôi cũng có một tấm như thế. Hồi xưa ông nhiều râu hơn bây giờ.

Tôi nói với ông Phan:

"Thưa ông, tôi không rõ!"

Ông Phan hơi nhíu mày.

"Có thật cậu không nhận ra người trong ảnh là ai sao?"

Tôi gật đầu, mắt vẫn không rời ông.

"Vậy chứ anh Thành không còn tấm ảnh nào như tấm này sao?"

"Thưa ông, không, tôi chưa hề thấy!"

Ông Phan không nói gì. Ông cầm tấm ảnh, mở ngăn kéo, trả lại chỗ cũ.

"Hồi đám tang anh Thành cậu ở đâu?" Ông bất ngờ hỏi tôi.

"Thưa ông…"

"Thôi, không phải ông ông tôi tôi khách sáo nữa. Cứ gọi tôi là bác, bác Phan. Như vậy cho nó thân mật. Tôi ít tuổi hơn anh Thành, nhưng bọn tôi là bạn thân, rất thân."

Tôi đứng lên, để ly rượu trên bàn, trả quyển sách lại chỗ cũ.

"Thưa ông… Vâng, thưa bác, hồi đó cháu đang ở Sài gòn. Hay tin không lành của cha cháu trễ quá thành ra…"

"Nghĩa là cậu không về kịp chứ gì?"

"Vâng, thưa bác, cháu về đến nhà khi mọi việc xong xuôi."

"Đúng. Đám tang anh Thành không có cậu. Tôi đã được xem bộ ảnh, nhưng không thấy cậu!"

Ông Phan làm tôi sợ. Quả thật những giây phút cuối cùng của cha tôi đã không có tôi bên cạnh. Cha tôi, người đàn ông rượu chè be bét đã ám ảnh tôi suốt một thời tuổi trẻ. Mẹ tôi khóc hết nước mắt vì những cơn say dữ dội của ông. Tuổi trẻ của ông ra sao? Mẹ tôi không bao giờ nói, mà ông thì lúc nào cũng chỉ có điệp khúc sau đây: "*Tao, Trần Lâm Thành, sĩ quan tốt nghiệp trường Võ bị Dar-el-Beida, chiến đấu dưới màu cờ Pháp quốc, đã theo chân tướng Juin đổ bộ lên Ý Đại Lợi, được ân thưởng Đệ Ngũ Đẳng Bắc Đẩu Bội Tinh và được tuyên dương công trạng mười hai lần trước hàng quân. Tao, người duy nhất dám vứt bỏ chức vụ cao cấp mà Nhà Nước Pháp tưởng thưởng để dấn thân vào công cuộc tranh đấu cho nền độc lập xứ sở mà ông X. đã đứng ra đề xướng. Nhưng tao, cũng chính tao, là người đã dám đứng lên phản đối ông X. trong vụ ký hiệp ước Sáu Tháng Ba. Tao bị bọn chúng lên án tử hình và đã thoát chết trong đường tơ kẽ tóc. Tao, tên say rượu để sống. Rượu đã cứu tao. Rượu là ân nhân của tao. Chúng mày là đồ giả trá, ti tiện; chúng mày là một lũ đầu trâu mặt ngựa... Tao đếch sợ thằng nào. Thằng nào chê rượu là thằng tồi. Tao không chê rượu. Rượu là bạn tao. Sư cha thằng nào chê rượu. Rượu muôn năm!!!*"

"Hình như mấy lúc sau này anh Thành uống rượu hơi nhiều phải không cậu?"

"Thưa bác, cha cháu uống hơi nhiều từ lâu, kể từ ngày ông anh cả cháu bị thương trong trận chạm súng với Việt Cộng ở Hậu Nghĩa."

Phải, mấy năm sau này rượu trở thành nhu cầu thường trực và cấp bách của cha tôi. Rượu làm ông tiều tụy và bạc nhược. Tóc ông trắng toát và dài như một đạo sĩ tà phái. Hai mắt ông thất thần, đỏ ngầu những đường gân máu. Phòng ông tràn đầy khói thuốc, mùi rượu nồng nặc.

Giờ đây, khi ông Phan nhắc đến cha tôi và cho tôi xem tấm ảnh – mà tôi vẫn còn giữ lại sau cái chết của ông – tôi mới ngỡ ngàng nhận ra người đứng bên cạnh là ông Phan, một ông Phan hơi nhỏ và gầy bên cạnh một người cao lớn là cha tôi. Tôi nghĩ là tôi có thể hiểu phần nào mối liên hệ giữa ông Phan và cha tôi. Nhưng tôi vẫn không hiểu vì sao cha tôi đã không nhắc gì đến ông Phan trong suốt những ngày ông sống với vợ con ông.

"Cậu Thăng, hôm nay tôi cho mời cậu đến đây trước hết là tôi muốn giúp đỡ cậu. Cậu là con anh Thành, nên tôi xem cậu cũng là con tôi. Có phải hiện giờ cậu đang dạy học?"

"Thưa bác, phải."

"Đó là một nghề cao quí. Chọn nghề này theo tôi, là đồng nghĩa với chọn trách nhiệm và bổn phận. Làm thầy giáo có nghĩa là phải gạt bỏ tất cả mọi bon chen trong cuộc đời. Thầy giáo rất gần với thầy tu. Nhưng…"

Ông Phan dừng lại giữa chừng câu nói, ngó chăm vào mắt tôi.

"… nhưng hình như cậu lầm lẫn trong việc chọn nghề. Cậu có thấy vậy không?"

Tôi đã nhận thấy điều này từ lâu, có lẽ ngay từ ngày đầu khi mới bước chân vào lớp học. Thành phố Đà lạt thơ mộng, và ngôi trường Đại học nơi tôi theo học cũng chứa bao nhiêu điều đẹp đẽ mà bất kỳ một tuổi trẻ nào cũng thèm muốn và ao ước. Tuy vậy tôi biết rõ giáo dục không phải là ngành thích hợp của tôi. Tôi yêu kính những người thầy từng dạy dỗ tôi, nhưng tôi cũng không ngừng phẫn nộ vì sự bất công mà họ đã dành cho tôi. Tôi run sợ trước mặt những ông thầy. Tôi luôn luôn là nạn nhân chua xót của họ. Từ tiểu học, qua trung học, lên đại học, các ông thầy bà cô nhìn tôi như một đối tượng để trút lên đó những bực dọc của cuộc đời khốn nạn của họ. Tôi là tấm bia để họ bắn vào đó những mũi tên mặc cảm. Và buồn thay, đúng như câu "ghét của nào trời trao của đó" tôi đã đâm sầm vào trường đại học Sư phạm. Đỗ tú tài hai ban toán, mất một năm dong chơi ở Y khoa, sau khi bị mẹ rút đơn ra khỏi binh chủng Không quân, bỏ trường Quốc Gia Hành Chánh, tôi nhảy tọt vào ban Triết.

Có nhiều lý do để biện minh cho việc chọ ngành của tôi, nhưng thâm tâm tôi, tôi biết dù thế nào đi nữa, mình vẫn là tên ngụy biện. Phải, tôi đã lầm lẫn trong việc chọn nghề. Nhưng biết làm sao! Tôi giống như cây mía đã róc vỏ, bị đun đẩy vào cái máy ép. Tôi chỉ có thể ra ở đầu kia chứ không thể lui lại ở đầu này. Tuy vậy tôi vẫn hỏi ông Phan:

"Thưa bác, bác có thể cho cháu biết rõ hơn nữa về nhận xét của bác?"

"Sở dĩ tôi nói như vậy là vì tất cả những gì tôi biết về cậu đều có vẻ chống lại những gì cậu đang theo đuổi một nghề mà cậu không ưa thích. Tại sao?"

Như vậy là người ta đã báo cáo cho ông Phan khá nhiều về tôi. Và ông Phan đã nhìn tôi bằng cái nhìn mà mọi người đang có về tôi. Tôi là một tờ giấy trắng có nhiều vết mực bẩn chăng?

"Thưa bác, có lẽ dạy học là nghề không thích hợp với cháu. Cháu ưa một cuộc sống khác hơn là cuộc sống cháu hiện có. Đây là một lầm lẫn tai hại, và vô phương cứu chữa."

"Tại sao?"

"Tại vì cháu là một người thụ động."

"Chà! Chà!"

Tôi nghe tiếng ông Phan chặc lưỡi.

"Cậu dạy Triết mà có cái lối lý luận kỳ lạ. Theo chỗ tôi biết thì hình như cậu là một người thành công trong nghề nghiệp mà! Phải vậy không?"

Thế nào là thành công trong nghề dạy học? Câu ấy khó mà trả lời. Những ngày đầu tiên khi mới ra trường, được bổ nhiệm về Biên hòa, tôi đã gặp ngay một khó khăn lớn. Học sinh tôi và tôi không cách biệt bao nhiêu về tuổi tác. Và bài học tôi thu được của nhà trường thật khác xa với bài giảng trong lớp. Tôi càng cố gắng hòa hợp với học sinh tôi, tôi càng bị đồng nghiệp nhìn tôi bằng con mắt khó hiểu. Tôi thực sự lo lắng cho học sinh. Và tôi biết rằng họ cũng quan tâm đến sự lo lắng của tôi. Nếu trong những năm về sau, khi đổi sang một trường khác tại Sài gòn, một trường trung học lớn nhất Việt Nam, mà tôi có được chút ít thành công, chẳng qua là vì những học sinh của tôi – hoặc là họ thông minh chăm chỉ, hoặc là họ thực sự cố gắng – khiến họ có được điều họ quyết tâm hơn là do tôi.

"Thưa bác, xin cám ơn bác. Cháu vẫn nghĩ là chưa bao giờ cháu thành công trong lãnh vực này. Cháu chẳng qua là người may mắn."

"Khiêm tốn là điều tốt, nhưng khiêm tốn quá coi chừng sẽ có hiệu quả trái ngược. Cậu hiểu chứ? Con Uyên nhà tôi nói là nó biết cậu, biết nhiều về cậu!"

Ông Phan nhấn mạnh hai chữ biết nhiều. Tôi hiểu sự ám chỉ ấy như một lời chê trách.

"Nhưng thưa bác, cô Uyên là ai, cháu chưa biết!"

Ông Phan đang nhồi thuốc vào tẩu, bỗng ngừng lại ngó chăm vào mắt tôi.

"Cậu không biết Uyên là ai thật à? Tôi tưởng là cậu có quen nó chứ!"

Tôi thực tình không hề quen biết cô Uyên. Nhưng theo cách nói của ông Phan tôi phải hiểu là cô Uyên nào đó biết tôi. Tôi dạy học và có thể trong đám đông học sinh tôi có một thiếu nữ tên là Uyên. Tuy vậy, tôi nghĩ biết tôi là một việc, còn biết tôi nhiều là một việc hoàn toàn khác.

Ông Phan có phần ngạc nhiên về thái độ của tôi. Ông đặt tẩu thuốc xuống bàn, bấm cái chuông điện gắn trên học kéo. Cửa phòng mở và người cận vệ bước vào, đứng nghiêm, mắt ngó thẳng.

"Bẩm cụ, gọi con!"

"Phải. Làm ơn mời cô Uyên vào giúp tôi."

Cánh cửa khép lại, ông Phan quay sang tôi.

"Con Uyên nhà tôi nói là gia đình cậu có chuyện lục đục sao đó. Phải vậy không?"

"Thưa bác, phải. Nhưng cháu vẫn không hiểu làm sao mà cô Uyên có thể biết quá nhiều về cháu như vậy!"

Có tiếng gõ cửa. Và không đợi ông Phan lên tiếng tôi thấy tay nắm xoay vòng và một cô gái bước vào, mang theo mùi hương phấn rất đàn bà.

"Thưa bố, gọi con!"

"Phải!"

Ông Phan bập bập cái tẩu. Tôi nhận ra cái nhìn hơi khác của cô gái, một cái gì hơi khựng lại khi mắt cô đụng vào mắt tôi. Tôi cũng vậy, tôi đã nhìn ra được người thiếu nữ. Hai con mắt đen, mái tóc chải cao, chiếc trán bướng, hàm răng nhỏ, đều, trắng; áo nhung tím than hở cổ, da trắng mướt, chuỗi hạt lấp lánh giữa ngực. Cô gái mà mới vừa cách đây mấy phút, tôi thấy rực rỡ giữa các cậu trai, cuốn hút như một thỏi nam châm.

Ông Phan nhấc tẩu thuốc ra thở khói, gõ gõ tẩu thuốc lên lòng bàn tay.

"Để bố giới thiệu con với anh..."

Rất nhanh, cô gái nghiêng đầu về phía tôi:

"Thưa bố, con có biết ông Thăng. Chào ông!"

"Không dám. Chào cô!"

Ông Phan ngồi xuống ghế.

"Sao con nói là con có quen anh Thăng?"

"Thưa bố, con nói là con có biết ông Thăng, chứ con đâu có nói là quen ông ấy..."

"Chà! Chà!" Ông Phan chặc lưỡi. "Vậy mà bố cứ tưởng là con có quen anh ấy đấy!"

Ông vỗ tro thuốc xuống gạt tàn. Tay ông mân mê những chân tóc trắng trên trán như đang lựa đếm những suy nghĩ trong đầu mình.

Uyên đứng tựa lưng vào bức tranh Van Gogh hơi mỉm cười nhìn tôi. Tôi thấy mình thừa thãi.

"Anh Thăng là con của bác Thành, bạn nối khổ của bố. Bác Thành chẳng may qua đời, anh Thăng thì đang gặp một vài rắc rối. Bố muốn con coi anh Thăng như một người anh trong gia đình. Một người anh, con nghe rõ chứ?"

"Thưa bố, con nghe rõ. Nhưng..."

"Nhưng làm sao?"

"Bố để cho con tự nhiên. Con sẽ nhớ lời bố mà!"

"Tốt!"

Ông quay sang tôi. Hình như ông định nói tiếp một điều gì đó, nhưng vừa lúc ông hắng giọng bắt đầu câu chuyện thì chuông điện thoại reo.

"A lô! Tôi nghe đây... Vâng, xin cứ nói!"

Tôi thấy cằm ông Phan bạnh ra, hai hàm răng nghiến lại, đôi mắt nhỏ dưới chiếc kính lão nheo lại và thỉnh thoảng sáng lên một thứ ánh sáng kỳ lạ.

"Phải!... Đúng!... Ông niên trưởng ngoại giao đoàn vừa ở nhà tôi ra... Sao?... Bao giờ?... Ngay bây giờ à?... Ừ!.. Được!... Mọi thành viên đều có đủ mặt chứ?... Vâng, xin thông báo tôi sẽ đến ngay!"

Ông đặt ống nói xuống. Hai tay xoa vào nhau. Ông cắn một hớp rượu. Các thớ thịt ở gò má ông cuộn lại. Tôi có cảm tưởng ông đang có một quyết định quan trọng nào trong đầu.

"Cậu Thăng. Tôi rất tiếc không thể nói hết câu chuyện với cậu. Tình hình chính trị đang có nhiều biến chuyển mới. Tôi không thể vắng mặt trong một cuộc họp quan trọng và khẩn cấp. Hẹn cậu một dịp khác. Uyên sẽ thông báo cho cậu nhé!"

Ông Phan bắt tay tôi. Cái bắt tay chặt chẽ thân mật, nhưng những ngón tay mập và nhão của ông vẫn không làm tôi bớt ghê sợ.

Ông bấm chuông. Người cận vệ như núp sẵn đâu đó, mở cửa bước ngay vào, đứng nghiêm.

"Anh nói với bác tài chuẩn bị xe. Anh đi với tôi nhé!"

"Bẩm cụ, vâng!"

Người cận vệ ra, ông Phan bước tới một bước, hôn trán con gái:

"Thôi bố phải đi! Con tiếp anh Thăng hộ bố nhé!"

Uyên không trả lời cha. Cô nắm tay cha bước theo ông. Đến thềm cửa, đôi mắt đen quay lại tôi:

"Ông Thăng chờ tôi nhé!"

Còn một mình trong căn phòng đọc sách buồn bã, tôi ngắm bức Tự Họa của Van Gogh tưởng chừng như thấy khuôn mặt của chính mình.

Tôi nghĩ đến căn phòng trống trải của tôi, nơi mà lát nữa đây tôi sẽ trở về sống một mình không một ai chờ đợi.

Mãi về sau tôi vẫn không hiểu tại sao tôi không đến chào bà Phan, hay bà Phan không muốn gặp tôi!

Chương 2

Đứng trước cổng nhà ông Phan, tôi tự hỏi sẽ làm gì cho xong, cho hết cái phần thời gian còn lại của ngày. Tôi không chờ đợi Uyên, như cô đã hẹn tôi, mặc dù đôi mắt to đen, nụ cười mỉm chi, cái nốt ruồi duyên trên khóe miệng, cả cái dáng đi uyển chuyển của cô vẫn còn nguyên vẹn trong trí nhớ tôi.

Tại sao?

Có lẽ cái cảm giác ban đầu do sức hút của vẻ đẹp Uyên đang bị đẩy lui bởi cái ấn tượng mạnh mẽ của con người thời cuộc là ông Phan. Người ta nói sắc đẹp vốn là bạn đồng hành của dối trá và phản bội. Tôi không hoàn toàn tin như vậy. Nhưng ở Uyên, nhận xét ấy có phần đáng suy gẫm.

Đêm xuống từ lâu trên những ngọn cây. Và ngôi biệt thự, nơi tôi vừa gặp gỡ những con người kỳ lạ vẫn còn sáng ánh điện. Gió từ sông Saigon thổi luồn hơi lạnh len qua giữa những hàng cây chạy hoang trên những con đường vắng. Tôi cảm thấy gây gây ở sống lưng. Đời sống tôi rối như một mớ bòng bong, giờ đây trong một quen biết mới, tôi thấy mớ bòng bong ấy chừng như càng rối ren thêm.

Tôi thả bộ dọc theo đường Lê Văn Duyệt. Phố xá vắng bóng người. Một vài chiếc xích lô máy chạy thục mạng như bị ma đuổi. Mấy chiếc xe nhà binh mui kín bóp còi inh ỏi trong một thành phố trống trải - âm thanh như lớn hơn và vang xa - càng làm tôi thấy mình như lẻ loi hơn.

Tôi chưa muốn về nhà. Không, tôi không muốn về lại căn phòng tối ám của tôi trên căn gác một chung cư. Với tôi, thời gian của đêm mấy lúc sau này sao quá dài, dài tưởng như vô cùng tận. Làm thế nào tôi có thể đốt hết cánh đồng cỏ khô của thời gian đăng đẳng này? Đêm gặm nhấm tôi trong nỗi bứt rứt và chua xót thường trực của một người làm vườn thất bại. Người ta đâu thể phung phí cả tuổi thanh xuân trong việc trồng trọt vun xới cây thương yêu và tin cậy trên một mảnh đất - tưởng là màu mỡ - để chi3 gặt hái những bông hoa và trái cây của dối trá hận thù?

Tôi sợ những ý nghĩ lang bang của mình. Tôi sợ nghe chính tiếng chân tôi dẫm lên chiếc cầu thang bằng gỗ hơi dốc trong một chung cư dành cho những công chức hạng C, bủa quanh bằng sự nghèo nàn và bẩn thỉu.

Tôi sợ tiếng mưa ào ạt gõ vào thành cửa kính đã rạn nứt... Tôi sợ tiếng kêu rè rè của một chiếc máy thu thanh quên tắt khi chương trình nhạc đã chấm dứt. Tôi sợ chiếc cốc uống nước còn động dưới đáy cái màu vàng của xác trà bị bỏ quên nơi góc nhà...

Làm cách nào để rút ngắn được chiều dài của thời gian đe dọa dễ sợ kia? Đến quán nước trên đường Tự Do, nơi sẽ có Tâm, Phùng, Nhật đang ngồi đấu láo bên những ly expresso nguội lạnh, nhạt nhẽo và chìm trong mịt mờ khói thuốc. Hay tấp vào cái quán nhậu ở đường Trần Quý Cáp, nơi sẽ có Ký, Nghĩa, Lộc ngất ngưởng giữa những chai bia và khóm ổi, cóc, xoài?

Nhưng hình như tôi đã suy nghĩ vớ vẩn. Chợ Đủi nằm trên đường đến quán Cái Chùa, mà tôi thì đang lội bộ, việc gì phải tính toán vớ vẩn, phải không? Tôi đã có quyết định.

Chợ Đủi vắng khách nhậu một cách kỳ lạ. Chỉ còn một bàn ở một quán gỗ nhỏ dựa sát cây me ở góc đường là có ánh đèn. Tất cả các bàn khác, ghế đã được xếp chồng lên trên. Ký, Lộc, Nghĩa là ba ông khách sau cùng trên chiếc bàn độc nhất kia. Trước mặt mỗi người là một ly bia. Dưới đất, quanh chân bàn la liệt những vỏ chai.

"A! Tên phá mồi đã đến!"

Ký nhận ra tôi và anh la lên khi tôi đến sát bàn. Nghĩa ngó tôi cười cười một cách khó hiểu. Đó là tôi nghĩ vậy. Nghĩa bao giờ cũng cười kiểu đó.

"Mồi hết rồi ông trời! Chỉ còn rượu thôi, ông trời nhậu được thì ngồi xuống đây!"

Tôi tháo cà vạt nhét túi quần kéo ghế ngồi cạnh Ký, Lộc không nói gì, hắn đẩy ghế qua một bên, lảo đảo đứng lên, bước lạng quạng qua bên kia đường, thản nhiên vạch quần tiểu tiện dưới gốc me.

"Ê, cho mượn cái ly nữa chị Hai!" Ký gọi.

Người chủ quán mang ly ra đặt trước mặt tôi và nói với Ký, giọng năn nỉ.

"Thầy hai, bữa nay đóng cửa sớm, thầy hai thông cảm nghen thầy hai?"

Ký gạt ngang:

"Đừng lo chị hai. Để tụi này tính cho. Không sao đâu mà!"

Và anh nâng ly lên dừng ngang miệng, không uống:

"Ê, phá mồi! Đi đâu về mà ngon lành vậy?"

"Chỗ ông Phan!"

"A! Vậy mà tao tưởng mày không đi chớ!"

"Thì cũng tính không đi. Nhưng..."

"Thôi, dẹp! Nhưng nhị gì? Ông Phan chịu chơi không?"

"Ai biết!?"

"Vậy ăn nhậu gì mà tới?"

Lộc trở về chỗ ngồi. Hắn lôi từ dưới bàn lên một chai bia lớn. Săm soi dưới ánh điện đường Lộc xuýt xoa:

"A! Trái thơm tụi bây! Có lý! Có lý!"

Hắn dùng ngón tay cái bật cái nắp chai, rót đầy ly tôi và hắn:

"Ở đó rượu ngon không mậy?"

"Ngon mà không ngon!"

"Gì kỳ vậy?"

"Không có bạn thì rượu gì ngon!"

"Có lý! Có lý!" Lộc vỗ đùi khen. Nhưng không để tôi nói, hắn hỏi tiếp:

"Vậy tới đó làm chi mậy?"

Tới đó làm chi? Câu hỏi thật chí lý. Nhưng tôi đâu tới đó để uống rượu. Tôi cũng đâu tới đó để được bắt tay một ông lớn chịu chơi kiếm chút hơi hám quyền lực. Tôi tới đó giống như một người mắc bệnh tò mò muốn tìm xem có chút bí ẩn nào giấu sau cánh cổng của một ngôi nhà bỏ hoang. Và hình như tôi có được đôi chút thỏa mãn. Ông Phan soi chiếu cho tôi thấy đôi nét về cha tôi và về phần ông, ông cũng hé cho tôi thấy tầm mức của một quyền lực đang lớn.

Nhưng tôi có cần tìm cho mình một lời giải thích không? Tôi lảng sang một chuyện khác. Tôi hỏi Ký:

"Anh có nhớ bài Hồ Trường không?"

"Không!"

Tuy trả lời dứt dạc như vậy, nhưng liền đó Ký vung rộng tay đang bưng ly rượu làm sóng sánh nước bia vãi lên bàn.

"Hồ Trường! Hồ Trường! Ta biết rót về đâu? Rót về phương Đông... ư... đếch nhớ!"

Ký đặt mạnh ly xuống bàn.

"Mà tại sao mày lại muốn nghe Hồ Trường?"

"Chẳng có lý do gì. Nhớ thì nhắc vậy thôi!"

"Để yên, tao sẽ đọc cho mày nghe một bài thơ khác. Đồng ý?"

"Đồng ý!"

Ký lại nâng ly lên, ngửa cổ tu một hơi. Xong anh cúi khom người xuống dưới bàn lôi ra một chiếc cặp da dầy cộm bị chôn giữa đám vỏ chai. Anh mở cặp, mò mẫm trong các ngăn đầy sách vở và lấy ra một cuốn tập. Anh dùng một ngón tay thấm nước bọt lật từng trang giấy. Nhưng anh lắc đầu. Ánh sáng ngọn đèn hột vịt không đủ sức soi rõ những chữ. Anh gập quyển tập lại, bỏ vào cặp, vất đại dưới chân bàn.

"Đếch cần đèn! Tao đọc bằng trí nhớ cũng được. Này, tên phá mồi nghe đây!"

Ký lại đổ bia thêm vào ly, bưng ly lên và vung tay ra. Nước trong ly sóng sánh.

"Người con gái lội qua khe

"Bàn chân với nước lạnh đè lên nhau

"Nỗi niềm tưởng lại xưa sau

"Bàn chân với nước cùng nhau lại đè!"

        ...

"Tuyệt không? Thơ thế mới là thơ chớ! Tên phá mồi thấy thế nào?" Ký hỏi.

"Rất Bùi Giáng!" Tôi trả lời.

"Hay! Khá lắm! Phá mồi mà cũng biết được thơ của Trung Niên Thi Sĩ thì hơi lạ. Vậy còn bài này?"

Ký không đọc liền, anh rót thêm bia vào ly - đã tràn - bưng ly lên và vung tay ra. Nước trong ly sóng sánh đổ xuống mặt bàn.

"Em về mấy thế kỷ sau"

"Nhìn trăng có thấy nguyên màu ấy không

"Ta đi còn gửi đôi dòng

"Lá rơi có dội ở trong sương mù."

        "..."

"Sao?" Ký nhìn chăm chăm vào mặt tôi, dò hỏi.

"Chịu!" Tôi lắc đầu.

"Không biết à?"

"Thua!"

"Thế thì phá mồi kém thật!"

"Ai vậy?"

Ký đặt ly bia xuống bàn.

"Thì cũng là Bùi Giáng! Không hay à?"

"Không, không phải vấn đề hay hay dở". Tôi chống chế. "Vấn đề là nó không có chất Bùi Giáng".

Ký gật gù.

"Cũng được! Cũng được! Nhưng "dô" cái coi!"

Anh bưng ly lên và cụng vào ly tôi.

"Sao anh không đọc thơ anh?"

Bỗng dưng tôi hỏi Ký một câu lãng xẹt. Anh không trả lời. Tôi đã vô tình động mối thương tâm của anh. Còn nhớ có lần trong một bữa nhậu, cũng tại quán này, hôm đó có Nhật và Tâm, tôi đã nói với anh rằng tôi thích đời sống anh hơn là thơ anh. Và khi anh nghiêng tai về phía tôi yêu cầu tôi nhắc lại điều vừa nói, tôi nói rõ hơn: "Đời sống anh thơ hơn là thơ anh!" Ký không giận, nhưng tôi thấy anh đang ồn ào bỗng trầm hẳn lại. Về sau Nhật trách tôi đã nói một điều không nên nói với một người bạn đặc biệt là Ký. Anh lớn tuổi hơn chúng tôi dễ chừng đến gần một giáp. Tôi nhớ hồi nhỏ khi anh tôi mang về những tờ tạp chí Đời Mới, tôi có lần đã đọc thơ anh. Những bài thơ có vần có điệu nhưng chữ nghĩa là những gì có phần cũ kỹ. Cuối bài thơ dù có để tên anh hay một tên nào khác, tôi nghĩ cũng thế thôi. Có lẽ hồi đó tôi có thành kiến là ai làm thơ hay hơn Quang Dũng - thật ra thì tôi cũng nghe lõm bõm được câu trước mất câu sau của nhà thơ này mà thôi.

(Em ở Thành Sơn chạy giặc về

Tôi từ chinh chiến cũng ra đi

Cách biệt mấy lần quê Bất Bạt

Chiều xanh không thấy bóng Ba Vì...)

Cho nên thơ không tỏa ra được cái chất Quang Dũng này là không thể yêu được. Vậy thôi.

Lớn lên đọc thơ anh, tất nhiên bằng một con mắt trưởng thành hơn, tôi thấy có cái gì đó không ổn trong chữ nghĩa và hình ảnh của thơ anh. Tất cả như sao chép lại từ nguyên bản. Rồi tôi quen anh vì cùng dạy chung một trường. Anh là một người ngang tàng. Anh uống rượu như Kiều Phong. Anh có một người vợ đẹp như A Tỷ. Anh sống bất cần đời. Khi chiều xuống là lúc anh say sưa và lúc đó đối với anh trời đất cũng chỉ là hạt cát.

Tôi biết là anh khổ sở vì câu nói của tôi.

Đột nhiên Ký gạt tay ngang mặt bàn. Tất cả ly cốc đồ nhậu rơi dạt xuống thềm xi măng. Tiếng thủy tinh vỡ tung tóe.

"Dô đi tên phá mồi! Ai biết uống rượu người đó biết thưởng thức thơ. Mày cố học uống rượu đi, nếu không mày vĩnh viễn đếch biết thế nào là thơ."

Khi tôi bưng ly bia lên ực một hơi lắc lắc cho những viên đá chạm vào thành ly, tôi bỗng nhe tiếng thắng gấp của một chiếc xe hơi lết bánh trên mặt đường. Và ào một cái, như sấm chớp, trước mặt sau lưng chúng tôi là những người lính cảnh sát dã chiến.

Một người dáng chừng là chỉ huy đưa tay ra trước mặt Ký nói:

"Ông cho xem căn cước!"

"Không có thẻ căn cước!" Ký bưng ly bia lên trả lời gọn.

"Ê, đừng giỡn mặt cha nội!" Một người lính đứng phía sau nói với qua vai người chỉ huy. Tôi nghe tiếng lên đạn lách cách.

"Cả mấy ông này nữa!" Người chỉ huy chỉ tay vào Nghĩa, Lộc nói.

Tôi nhìn Lộc thấy hắn đã gục trên bàn, đầu gối trên cánh tay nhưng bàn tay vẫn còn giữ chặt ly bia. Nghĩa đã ngả đầu ra sau lưng ghế. Tôi mở bóp lấy thẻ căn cước. Một ngọn đèn pin bật sáng chiếu vào mắt tôi sau đó chuyển xuống tấm giấy chứng minh. Tôi nghe có người đọc tên tôi. Tôi nói:

"Xin mấy anh thông cảm. Đám bạn tôi ngất ngư cả rồi!"

Người chỉ huy đưa trả tôi thẻ căn cước, phất phất tay:

"Không sao! Không sao! Hỏi chơi vậy thôi. Tôi biết mấy ông quá mà!"

Và quay sang người chủ quán đang đứng xớ rớ bên cạnh, người chỉ huy nói:

"Yêu cầu đóng cửa ngay! Chị không biết tin thiết quân luật à?"

Chị chủ quán xoa tay, ấp úng:

"Xin mấy thầy thông cảm!"

Tôi hỏi người chỉ huy.

"Xin anh cho biết giới nghiêm từ lúc mấy giờ?"

"Mười một giờ! Mấy ông đã vi phạm hơn nửa giờ! Yêu cầu các ông trở về nhà ngay!"

Tôi nhìn Ký, Nghĩa và Lộc, nói với người chỉ huy:

"Nhưng..."

"Tôi hiểu! Tôi hiểu!" Người chỉ huy ngắt lời tôi

"Ông muốn nói mấy ông nội này quắt cần câu rồi chớ gì?"

"Đúng vậy!" Tôi gật đầu.

"Bọn tôi sẽ chở các ông về nhà!"

"Tôi sợ không tiện!"

"Tại sao?"

"Ông này ở tận Hàng Xanh -tôi chỉ Lộc; ông này ở tuốt Phú Lâm, Cây Da Xà -tôi chỉ Nghĩa; ông này thì ở Bùi Thị Xuân gần đây thôi -tôi chỉ Ký. Còn tôi, tôi ở Hồng Thập Tự, Ngã Sáu. Tôi đi bộ được!"

"A!" Người chỉ huy kêu - "Thế thì rắc rối to. Bọn tôi còn nhiều việc phải làm, không thể đi tùm lum ở những vùng không thuộc phạm vi kiểm soát của tôi".

Ngừng lại một giây, người chỉ huy tiếp:

"Hay là... Hay là tôi sẽ đưa ông về nhà, còn mấy ông thần lưu linh này chúng tôi sẽ giữ tạm một đêm ở bót gần đây, mai về sớm!"

"Cám ơn!" Tôi ngập ngừng "Tôi nghĩ là mấy ông bạn tôi cần tôi. Để cho tôi theo mấy ổng, cũng là tiện cho ông!"

"Được thôi!" Người chỉ huy ra dấu cho những người lính xốc Ký, Nghĩa và Lộc lên xe. Lúc khiêng Lộc đặt lên chỗ ngồi băng sau xe nhà binh, tôi chợt thấy hắn nhếch mép cười. Chắc hẳn Lộc đang mơ thấy mấy con đầm nhảy điệu can-can của những ngày còn học ở Paris. "Comme au premier jour, toujours toujours..." Hắn hát nữa trời ạ! Những người lính bật cười.

Chương 3

Đêm đó, trong bót cảnh sát, chúng tôi tặng cho bọn muỗi một bữa no nê. Ký, Lộc và Nghĩa ngáy như gỗ. Phần tôi, mãi đến gần sáng mới chợp mắt được. Choáng đầy giấc mơ chập chờn của tôi là ông Phan và Uyên. Quyền lực của người già và sắc đẹp của tuổi trẻ. Đó là hai gọng kềm đang khép tôi lại. Liệu tôi có thể ra khỏi được thứ xiềng xích vô hình ấy không? Bàn tay ướt rịn mồ hôi của ông Phan đẩy tôi ra, nhưng đôi mắt to đen, nốt ruồi tham lam ở khóe môi Uyên hút tôi vào. Hình ảnh đầy trong một giấc ngủ lưng.

Khi tôi bắt đầu chợp mắt thì cửa phòng tạm giam mở. Người cảnh sát đập bọn chúng tôi dậy và báo cho biết là chúng tôi có thể ra về. Ký soạn lại cặp sách, cầu nhàu luôn mồm. Nghĩa cười cười như còn vương vất hơi rượu đêm qua. Lộc tỉnh hẳn và bắt đầu nói như sáo.

Chúng tôi rủ nhau đi uống cà phê và điểm tâm ở một quán hủ tiếu Tàu. Lộc dạy chúng tôi uống cà phê bằng cách đổ lên chiếc đĩa lót và bưng húp như húp nước mắm.

Chúng tôi chia tay khi Saigon đang đón những chiếc xe thổ mộ cuối cùng chở hoa xuống chợ Bến Thành.

Tuy sớm vậy mà trước cửa phòng tôi, ai đã đặt sẵn một bao thơ từ hồi nào: Đó là giấy báo của nhà trường triệu tập buổi họp khẩn cấp của hội đồng giáo sư.

Ở hành lang trường, tôi gặp lại gần như đầy đủ các bạn đồng nghiệp. Những khuôn mặt đăm chiêu hẳn những nụ cười buồn. Đời sống của một người dạy học vốn đã khó khăn, tình trạng chiến tranh càng đẩy họ vào ngõ hẻm của sự thanh bần cưỡng bách.

Dù sao, buổi họp cũng đã diễn ra nhanh chóng. Người hiệu trưởng trẻ tuổi nhưng nghiêm nghị, thông báo cho mọi người biết là kể từ không giờ sáng nay, mọi công dân, theo lệnh chính phủ, bị đặt trong tình trạng sẵn sàng chiến đấu. Lệnh Tổng Động Viên đã được ban hành và mọi sĩ quan biệt phái phải ở trong tư thế chờ đợi trả về đơn vị gốc của quân đội.

Đối với tôi, điều đó có nghĩa là mùa hè vẫn chưa hết, mặc dù cây phượng duy nhất trước sân trường đã rụng hết bông, và chiến tranh chỉ là một con quái vật tuy ghê tởm nhưng vẫn đứng thấp thoáng bên ngoài ngưỡng cửa của một Saigon bất khả xâm phạm.

Những bài phóng sự chiến trường của Nhật viết từ vùng lửa đạn kề cận nỗi chết, vẫn chưa đủ sức hâm nóng trái tim nguội tanh của người Saigon. Tôi nhớ mỗi lần trở lại thành phố sau một chuyến tham gia trận đánh, Nhật hay nói đùa một câu rất Cổ Long, một tay viết tiểu thuyết kiếm hiệp cũng lừng danh như

Kim Dung, rằng "Chưa thấy quan tài chưa đổ lệ!" Đó là lúc tôi thấy Nhật buồn rầu rõ nét nhất.

Thật ra Saigon lúc này đang có cuộc chiến tranh của nó. Những tin đồn đủ loại áp lực lên nỗi lo âu của người thành phố như hơi nước trong nồi súp de. Rồi xuống đường, biểu tình, phe nhóm, đảng phái, tôn giáo, truyền đơn... như những mồi lửa bên thùng thuốc súng... Thôi thì đủ thứ. Saigon như một cô gái đẹp bị xâu xé giữa những chàng trai hung hãn.

Ở phòng họp ra, tôi phóng xe như bay xuống phố. Quán nước quen vẫn đông người, nhưng bên ngoài cửa kính là một lượt lưới sắt to cọng phủ kín. Để vào được quán phải lách qua một cánh cửa nhỏ chỉ vừa một người. Bên trong, mọi người vừa ăn uống vừa ngóng ra đường như chờ đợi một điều gì. Trên nét mặt căng thẳng, trên những đôi mắt giương to, người ta có thể đọc thấy hiu hắt một nỗi lo âu.

Tôi may mắn tìm được một chỗ ngồi khá tốt: vừa gần cửa kính nhất để có thể trông qua tòa nhà Quốc Hội bên kia đường, vừa khuất sau một cây cột để người từ ngoài bước vào không trông thấy tôi, nhưng tôi thì có thể quan sát được họ. Nơi công viên, quanh chỗ giữ xe gắn máy, những cuộn giây kẽm gai vừa được cảnh sát kéo giăng ngang.

"Lại xuống đường nữa rồi!" Người đàn ông ngồi gần bàn tôi nói trống không sau khi nhấc tẩu thuốc ra khỏi miệng và thở mùi "seventy nine" thơm nức cả phòng. Tôi cũng cùng ý nghĩ như ông ta, nhưng không biết phe nhóm nào? Hôm qua nghe nói nhóm của linh mục Tr.H. Th., còn hôm nay nghe đâu đến lượt mấy ông "ký giả ăn mày!" Tại sao lại ký giả ăn mày nhỉ? Tôi không hiểu gì hết. Dẫu sao nỗi lo lắng của tôi lúc này là Quỳnh. Ở phòng họp sáng nay tôi đã gọi dây nói cho Quỳnh và hẹn nàng. Tôi nhắc nhiều chỗ hẹn và nói tôi rất cần gặp Quỳnh.

Quỳnh quả quyết: "Em cũng cần gặp anh. Thế nào em cũng đến. Nhớ chờ em. Đừng đi đâu!"

Nhưng tình hình thế này làm sao Quỳnh có thể tới được chỗ hẹn. Tất cả mọi lối vào quán như thế là bị kẽm gai ngăn lại. Tôi thấy nhiều xe Cảnh Sát Dã Chiến đang đổ xuống ở góc đường Tự Do và Lê Lợi. Ngay bên ngoài cửa kính của quán nước, tôi cũng vừa chợt thấy một chiếc Dodge đầy lính nai nịt gọn gàng, mặt nạ chống hơi ngạt ở cổ, súng phóng lựu đạn cay cầm ở tay và mộc chống biểu tình dựng dưới chân.

Lâu lắm, dễ chừng hơn một tháng nay Quỳnh và tôi không gặp nhau. Trước đây, mỗi tuần ít nhất chúng tôi gặp nhau một lần, và thường là ăn cơm với nhau ở một hiệu cơm Tàu trong Cholon. Quán ăn nhỏ nằm trong một con hẻm mang tên Tản Đà, một nhà thơ nổi tiếng Việt Nam. Chủ nhân là người Phúc Kiến. Quán chứa không quá hai mươi thực khách, nhưng đặc biệt là chỗ ngồi cho hai người hay bốn người đều được chia riêng biệt, không bàn nào nhìn thấy bàn nào. Lưng ghế cao, mặt bàn lót đá xanh có vân mát lạnh. Chính Quỳnh đã đưa tôi đến đây. Cô cho biết người giám đốc hãng hàng không CAL ở Hồng Kông trong một dịp đến thăm chi nhánh CAL Saigon, đã mời các nhân viên trong hãng -trong đó có Quỳnh- đến ăn quán này. Ông là một người Trung Hoa cao lớn, rất thông thạo Anh ngữ, Pháp ngữ và tiếng Tây Ban Nha. Đặc biệt ông rất sành văn chương Pháp. Trong bữa ăn, ông nói với Quỳnh là chính tại cái quán nhỏ bé này, nhà văn André Malraux của Pháp -sau này là Bộ Trưởng Văn Hóa Pháp- đã từng là khách danh dự.

Dưới mắt các bạn tôi, Quỳnh không phải là một người đẹp. Cô có khuôn mặt hơi dữ, cặp chân mày đen đậm trên một đôi mắt màu nâu to, miệng hơi rộng, mũi thon nhưng hơi hỉnh. Và tất cả những nét ấy dịu lại nhờ chiếc răng khểnh vô cùng lôi cuốn.

Tôi quen Quỳnh trong một dịp rất tình cờ và mãi về sau tôi mới biết cô là em gái của một người bạn cùng lớp với tôi ở những năm trung học. Hắn tên là Tuấn và có biệt danh là Tuấn-phở, vì hắn nổi tiếng là người có thể điểm tâm một lúc bằng ba tô phở, đó là chưa kể có thể kết thúc bằng một ly cà phê sữa đá loại lớn nữa. Tuấn-phở là một "phénomène" của thời còn mài đũng quần trên ghế nhà trường. Cho đến khi tốt nghiệp trường Luật, tập sự luật sư và hành nghề này, hắn luôn luôn tỏ ra là một tên trí thức lập dị. Hắn để râu, những sợi râu thưa và cứng trên một đôi môi lúc nào cũng như mím lại. Hắn ưa đội một chiếc nón lát rộng vành. Hắn đọc sách nhiều hiểu biết nhiều và rất có hoa tay. Hắn không là họa sĩ nhưng tranh vẽ của hắn có nhiều bức còn hơn những ông tự xưng là họa sĩ. Hắn học giỏi. Hắn ngốn nhiều kiến thức. Nhưng hắn bị "tẩu hỏa nhập ma". Trên khuôn mặt nhỏ như chiếc lá rau răm của hắn không bao giờ thiếu cặp kính tròn, kiểu như kính của ông Thượng Thư Bộ Lại thời xưa. Tuy nhiên, có lúc hắn nói với tôi là hắn thích John Lennon của ban nhạc Beatles. Tôi không thân Tuấn-phở và tôi biết hắn cũng không ưa gì tôi. Có lần tôi đụng hắn một trận kinh hồn tưởng chừng sẽ chẳng bao giờ còn nhìn mặt nhau nữa. Nhưng mấy năm sau, khi Tuấn-phở trở thành Tuấn-Luật sư và cưới một người bạn gái rất thân trong đám bạn tôi, thì sự liên hệ giữa hai chúng tôi được thắt lại, tuy chẳng có gì là chặt chẽ lắm.

Mùa hè năm đó, tôi được cử ra Nha Trang làm việc trong Hội Đồng Giám Thị và Giám Khảo kỳ thi Tú tài hai. Đó là một mùa thi mang đến cho tôi nhiều bối rối nhất. Trung tâm tôi phụ trách bị lộ đề thi toán và tôi được biết ở một số phòng thi, nhiều thí sinh đang có bài giảng trong tay. Là chủ tịch Hội Đồng Giám Thị, tôi phải giải quyết một số trường hợp bị coi là gian lận. Người ta đưa đến trước mặt tôi một cô gái có khuôn mặt lạnh tanh, cặp chân mày hơi xếch trên một đôi mắt màu nâu to. Chiếc răng khểnh là một nét đặc biệt của cô. Sau khi xem xét giấy tờ hợp lệ của cô, tôi hỏi:

"Chị có điều gì cần nói?"

"Có!" Cô gái trả lời cộc, mặt lạnh, mắt mở to ngó thẳng vào tôi.

"Xin chị cứ nói". Tôi nhỏ nhẹ.

"Tại sao tôi phải bỏ dở buổi thi để đứng ở đây?" Cô hỏi giọng gay gắt.

"Thế chị không biết lý do vì sao người ta đưa chị lên đây à?" Tôi ngạc nhiên.

"Không!" Cô trả lời dấm dẳn và giận dữ.

Tôi hơi mất bình tĩnh vì thái độ của cô, nhưng tôi cố nén hơi nóng đang dồn lên buồng ngực mình. Tôi giải thích cho cô nghe lý do. Cô gái phá lên cười:

"Vậy thì mấy ông nhầm to rồi! Người có trong tay đề giải là Hà thị Như Quỳnh số ký danh 151, còn tôi là Hoàng thị Như Quỳnh số ký danh 152. Tôi bị mất mười lăm phút làm bài để đứng đây vì một cái lỗi không có. Theo ông, tôi phải làm sao?"

Cô làm tôi buồn cười. Tất nhiên Hoàng thị Như Quỳnh 152 được trở lại phòng thi và cô được đền bù số thời gian bị mất với một lời xin lỗi của toàn thể Hội Đồng.

Mùa thi qua, tôi trở lại Saigon. Và những gì đã xảy ra trong mùa hè đó rồi cũng đi vào lãng quên. Cho đến một buổi sáng mùa thu năm sau tại tòa án Saigon, khi tôi đang ngồi nói chuyện

với Luật sư của tôi trên một băng ghế ở hành lang trước một
căn phòng nhỏ chờ ông Tòa hòa giải đợt đầu thì gặp Quỳnh. Rất
nhanh chóng, chúng tôi nhận ra nhau:

Tôi hỏi Quỳnh:

"Chị không trượt chớ?"

"Cám ơn ông. Nhờ trời tôi đậu!" Quỳnh trả lời nhưng giọng
có khó khăn.

"Gia đình chị ở Saigon à?"

"Không ạ! Tôi sống với mẹ tôi ở Đà lạt".

"Sao chị đi thi chi xa tận Nha Trang?"

"Vâng. Tôi học ở lycée Đà lạt, nhưng tôi thích Nha trang."

"Nha trang là một thành phố biển đẹp!" Tôi gợi ý.

"Nha trang đẹp vì đó là quê của cha tôi!" Quỳnh nêu một lý
do khác.

"Còn cái Tú Tài Pháp?" Tôi hỏi nhảy sang chuyện khác.

"Sao ông biết tôi thi Tú Tài Pháp?" Quỳnh ngạc nhiên.

"Chị vừa nói chị học ở Lycée mà!"

"Ồ!" Quỳnh nhớ ra. Cô tiếp "Cám ơn ông. Tôi thi tại Saigon và
nhờ trời, tôi đậu".

Và Quỳnh cười. Chiếc răng khểnh của cô có một sức quyến rũ
lạ lùng. Cả tấm thân thể cao lớn của cô, đôi chân dài, eo thon,
ngực nở, hai con mắt long lanh tình ái, mái tóc ngắn làm Quỳnh
có vẻ cao hơn. Bỗng nhiên tôi giật mình nhận ra không hiểu vì
sao cô có mặt ở tòa án. Tôi hỏi:

"Xin lỗi chị, tôi hỏi có hơi tò mò, chị có chuyện gì ở đây vậy?"

"Tôi có cái hẹn với anh Tuấn tôi".

"Chị muốn nói Tuấn-luật sư?"

"Dạ phải. Ông quen anh Tuấn sao?" Quỳnh ngạc nhiên.

"Có. Có một thời chúng tôi là bạn học!"

Tôi trả lời, nhưng mắt vẫn nhìn Quỳnh, cố tìm xem có nét tương đồng nào giữa Tuấn và người thiếu nữ xinh đẹp này không. Không. Thật hoàn toàn là không. Quỳnh cao lớn, Tuấn nhỏ con. Khuôn mặt Quỳnh phúc hậu, da trắng, hai con mắt to ngó thẳng vào người nói chuyện. Còn Tuấn khuôn mặt choắt, mắt là một đường chỉ nhỏ, nói chuyện với ai luôn nhìn nghiêng về một phía. Quỳnh nói giọng chững chạc rõ ràng, Tuấn hơi lắp bắp và nhiều khi nuốt cả tiếng. (Ấy thế mà luật sư mới tài!)... Có lẽ đọc được ý nghĩ tôi, Quỳnh giải thích:

"Tuấn là anh cả, tôi là em út. Nhà có bảy anh em. Tôi thua Tuấn mười sáu tuổi. Mẹ tôi nói tôi là đứa con không cầu mà được."

Và bỗng nhiên Quỳnh đổi giọng:

"Còn ông? Tôi cũng muốn hỏi ông một câu tương tự. Ông có nghĩ là tôi quá tò mò không?"

"Không. Tôi hiện đang ở thời gian ly dị". Tôi trả lời không do dự.

"Ồ!" Quỳnh kêu lên như một cách xin lỗi. Chiếc răng khểnh của cô vẫn là thỏi nam châm thu hút tôi. Và như thế chúng tôi quen nhau.

Mãi về sau, có lần tôi hỏi Quỳnh vì sao lần đầu tiên gặp tôi ở Hội Đồng Thi cô có vẻ kênh như thế, Quỳnh hỏi lại tôi là phải chăng tôi muốn nói đến cách xưng hô của cô.

"Em không học anh, không việc gì em phải gọi anh là Thầy. Mà nếu có học anh đi nữa thì em cũng chẳng việc gì phải gọi anh là Thầy."

"Tại sao?"

"Chẳng sao cả. Em vẫn gọi mấy ông bà giáo của em là oui monsieur..., non monsieur..., oui madame..., merci madame... có sao đâu. Vả lại khi em thích anh thì em có đủ tự tin để tự nâng mình lên ngang với anh, nếu không, em sẽ kéo anh xuống để anh ngang bằng em!"

Những ngày sau đó thỉnh thoảng chúng tôi có gặp nhau. Tôi được biết cô đang làm việc cho hãng Hàng Không China Air Lines và cô đang theo một lớp Anh văn ở Hội Việt Mỹ đường Mạc Đĩnh Chi. Mấy lần tôi đổi phòng trọ, Quỳnh đều đến dọn dẹp giúp tôi. Vào những ngày cuối tuần hai đứa con tôi vẫn thường theo cô Quỳnh đi xi nê, Sở Thú, ăn kem... Về phần hai chúng tôi, nếu trí nhớ tôi không lầm, thì chưa ai nói lời yêu ai, mặc dù giữa chúng tôi bức tường ngăn cách đã bị đập bỏ từ lúc nào. Tôi không xác định được thời điểm nào mình đã "mở cửa" đi vào đời Quỳnh. Trong ký ức mù mịt tôi, tôi chỉ nhớ được không gian nơi chúng tôi đã chia sẻ cùng nhau hơi thở tỉnh ái. Thân thể tôi trong thân thể Quỳnh. Chúng tôi tự vỗ về nhau trong một thú đau thương cùng tột. Trên lưng tôi không bao giờ phai mờ dấu vết của Quỳnh và tôi cũng biết trên vùng "đồi núi" cô ít khi lặn chìm những dấu răng cuồng loạn tôi.

"Anh!"

Quỳnh vừa đẩy cửa len vào vừa kêu tôi. Trong bộ đồng phục màu xanh của hãng hàng không Quỳn giống như một nữ quân nhân hơn là một nhân viên dân sự.

"Em phải để xe ở sở. Đi bộ. Khó lắm mới qua được mấy lần kẽm gai tới đây!"

Tôi kéo ghế cho Quỳnh ngồi. Cô mở xắc tay lấy chiếc gương nhỏ soi mặt, tô lại son môi và xoa hai tay lên má.

"Em uống gì?"

"Ồ! Anh gọi cho em một Sprite."

"Sprite." Tôi đưa tay ra dấu cho người hầu bàn.

Hai tay chống cằm, Quỳnh nhìn tôi:

"Hồi này anh gầy dữ. Sao cả tháng nay anh không gọi em?"

Tôi đốt một điếu thuốc, thở khói, không muốn trả lời câu hỏi của Quỳnh. Tôi không thể giải thích cho Quỳnh biết tại sao. Lần dọn nhà sau này tôi không cho cô hay. Tôi lảng sang chuyện khác:

"Sở em lúc này ra sao?"

"Rục rịch cắt người. Tháng này có mấy chuyến bay bị cắt. Tháng tới nếu tình hình chính trị không ổn chưa biết ra sao?"

"Có ảnh hưởng gỉ đến em không?"

"Em không biết. Nhưng em có một phần thưởng của hãng: Được nghỉ một tháng có lương và đi một vòng du lịch Âu châu. Tất cả đều do hãng CAL đài thọ."

"Sau đó?"

"Sau đó tùy em chọn chỗ làm mới: Hongkong hay Tokyo."

"Em có dự tính gì?"

"Sài gòn!"

"Tại sao Sài gòn?"

"Bởi vì Sài gòn có anh!"

Trong trí nhớ tôi không bao giờ phai mờ được cái ánh sáng lung linh của đôi mắt màu nâu mã não của Quỳnh khi cô nói câu "Bởi vì Sài gòn có anh!" Tôi cầm đầu bàn tay Quỳnh. Tôi muốn hôn lên những ngón tay quen thuộc kia, những ngón tay đã từng đánh thức, kêu dậy những tế bào cảm giác tôi. Tôi muốn hôn lên môi Quỳnh, nơi có chiếc răng khểnh như lúc nào cũng mỉm cười với tôi. Tôi muốn siết chặt thân thể Quỳnh.

Khách trong quán mỗi lúc một đông. Người ta đã tìm mọi cách len qua những lượt rào kẽm gai. Người ta muốn chứng kiến tận mắt biểu tình và chống biểu tình. Không khí trong quán hơi ngộp. Khói thuốc lá bị dồn trong một không gian hẹp làm Quỳnh chảy nước mắt. Tuy vậy cô vẫn không tỏ vẻ khó chịu.

"Anh biệt tăm ở đâu mà không gọi em?"

"Thì vẫn ở đây!"

"Còn chuyện tòa án của anh đã tới đâu? Em có tò mò quá không? Đừng hiểu lầm em?"

"Tại sao tôi hiểu lầm em?"

"Em muốn nói em quan tâm chuyện đó vì anh, không phải cho em!"

Tôi thả những ngón tay của Quỳnh ra, bưng ly expresso, hớp một ngụm nước đen nhạt thếch vô vị. Tôi nhìn thẳng vào mắt Quỳnh, tôi muốn đọc những ý nghĩ trong đầu cô.

"Em không đòi hỏi anh cái gì khác ngoài điều này: Đừng quên em!"

Tôi nghịch:

"Tôi có trí nhớ hơi tồi phải không?"

"Không. Nhưng em biết nếu vắng mặt em lâu hòn đá trí nhớ của anh sẽ mòn!"

"Thôi, không nói chuyện trời đất nữa!"

"Anh nghĩ sao?"

"Nghĩ sao là sao?"

"Anh cảm thấy thế nào khi gặp lại chị ấy?"

"Dửng dưng!"

"Em xin lỗi anh". Quỳnh cầm lấy tay tôi trong hai tay cô. "Hồi này tụi nhỏ ra sao, anh?"

"Vẫn bình thường."

"Em muốn đưa Đăng và Mai đi ăn kem chiều thứ bảy này. Anh nghĩ sao?"

"Tôi sẽ đón chúng nó về và em sẽ đi với ba cha con tôi."

"Nhưng anh chưa cho em địa chỉ mới của anh?"

"Thì chính là hôm nay tôi muốn cho em biết chỗ ở mới của tôi."

Tôi dụi điếu thuốc lá hút dở chừng xuống gạt tàn. Rồi không biết làm gì, tôi lại rút một điếu khác, châm lửa và thở khói.

"Hồi này anh hút nhiều quá!"

"Có sao đâu! Có ai chết vì hút thuốc không?"

Quỳnh cầm bao thuốc lên, xoay ngang hông đọc: "Surgeon General's Diease: Smoking Causes Lung Cancer, Heart Diease, Emphysema, And May…

"Này cô bé, em đừng quên là thuốc lá vẫn tiếp tục sản xuất và bán trên khắp thế giới chớ!"

"Phải, nhưng nó vẫn là một thú vui tai hại!"

"Trên đời này không có thứ thú vui nào mà không đi kèm nó ít nhiều tai hại!"

"Thôi đi, miệng dẻo, em không lý luận với anh nữa. Cho em địa chỉ mới của anh và em trở về sở."

"Em đến thăm tôi đi!"

"Thì anh ở đây mà! Còn gì!"

"Em biết không? Lúc này tôi rất cần em! Em đi xi nê với tôi đi!"

"Không được. Em chỉ xin phép có mấy phút. Thứ bảy mình gặp nhau!"

Quỳnh đứng dậy quàng sắc lên vai.

Tôi chép địa chỉ lên phía sau lưng của một hộp quẹt giấy, bỏ vào sắc tay Quỳnh và đưa cô ra cửa.

Đường đã bắt đầu đông người. Tôi đi theo Quỳnh một quãng ngắn.

"Bây giờ anh đi đâu?" Quỳnh chợt đứng lại bên tượng Thủy Quân Lục Chiến hỏi tôi:

"Có lẽ tôi sẽ đi xem một phim mới của Michel Piccoli và Romy Schneider".

"Nên lắm. *Les Choses De La Vie*. Thứ Bảy nhé!" Quỳnh nắm chặt những ngón tay tôi như một lời từ giả.

Chương 4

"Ê ai như ông Thăng kìa!"

Trước hàng rào dẫn vào cửa phòng chiếu rạp Rex tôi thấy Uyên và mấy người trẻ tuổi. Một cậu tóc dài phủ ót, quần ống rộng, áo chẽn. Còn cậu kia tóc ngắn, y phục gọn, mắt sáng. Cô gái đứng cạnh Uyên khá cao lớn, cả khuôn mặt như chìm trong đôi mắt kính đen gọng to.

"Chào anh Thăng!" Uyên bước tới đưa tay về phía tôi.

"Chào!" Tôi bắt tay Uyên.

Quần jean xanh bạc màu, sơ-mi trắng rộng, tóc dài bím đuôi sam, Uyên tươi mát và ngây thơ như một thiên thần.

"Xin giới thiệu anh, đây là Cathy Hồng, bạn Uyên, và đây là Tấn và Minh ở Luật Khoa"

"Chào!"

"Và đây là anh Thăng!" Cô giới thiệu tôi với bạn mình.

"Thưa anh." Cả ba người trẻ tuổi cùng nói.

"Xin lỗi mấy bồ nhé!" Uyên nói với các bạn, và cô kéo tay tôi lôi về phía quầy giải khát bên hông tiền đình.

"Sao hôm đó anh không chờ Uyên?"

"Tại sao tôi phải chờ cô?"

"Đưa bố ra xe trở vào phòng đọc sách thì anh đã đi mất tiêu."

"Tôi là người ít kiên nhẫn."

"Sao anh không phone cho Uyên."

"Nhưng tôi đâu có số điện thoại của cô?"

"Ồ!" Uyên kêu lên bật cười.

"Cô thích Romy Schneider không?" Tôi nói lảng.

"Thích! Anh đi với bọn này nhé!"

"Cô có thể chờ tôi lấy vé được không?"

"Không còn vé đâu!" Uyên chỉ tôi xem tấm bảng Hết Vé dựng trước cửa tò vò.

"Làm sao?"

"Uyên có rất nhiều giấy mời. Anh đi với bọn này nhé?"

" Cám ơn cô! Để khi khác. Tôi có chút việc phải làm ngay bây giờ."

"Anh làm sao vậy? Uyên có chuyện muốn nói với anh thực mà!"

Cô bước lại chỗ mấy người bạn. Bốn cái đầu chụm lại. Tôi không nghe họ nói gì, nhưng khi Uyên quay lại cầm lấy tay tôi, tôi thấy cả ba đưa tay chào trước khi bước hẳn vào bên trong rạp.

"Mình đi đi anh!"

"Đi đâu?" Tôi ngạc nhiên.

"Thì anh cứ đi với Uyên đã."

Chúng tôi đi băng qua công viên trước Tòa Đô Chính, đi vào Hành Lang Eden. Những cửa kính trưng bày mỹ phẩm, đồ trang sức đàn ông đàn bà. Đèn sáng trong hành lang, nhưng người thưa thớt. Ra khỏi Hàng Lang là đường Tự Do, người đông nhưng có vẻ vội vội vàng vàng. Tôi đứng lại. Trên thềm gạch dọc theo vách nhà sách Xuân Thu là hàng sách "xôn". Không thiếu thứ gì: tiểu thuyết, sách khoa học, hội họa, âm nhạc, triết học... Lướt mắt trên những tạp chí cũ và những tựa đề sách, tôi cố ý chờ nghe Uyên nói. Nhưng vì cô cứ lặng thinh nên sau cùng tôi phải lên tiếng:

"Đi đâu bây giờ?"

"Uyên muốn uống trà Hoàng Cúc."

"Trà Hoàng Cúc?" Tôi ngạc nhiên. "Ở đâu vậy?"

"Ở tiệm Hoàng Gia. Đi, anh đi với Uyên."

Đường Tự Do buổi chiều mát rượi dưới những cơn gió miệt mài từ sông Saigon thổi lên. Uyên khỏe mạnh, trẻ trung, nồng nàn đi bên cạnh một người đàn ông là tôi buồn nản, hoài nghi và nhạt nhẽo. Tôi lê bước theo Uyên trên một con phố thanh bình sang trọng. Chẳng có chút dấu vết nào cho thấy da thịt của Saigon bị những trận cào cấu nhức xương của một người tình phụ phàng trong mấy ngày qua. Tôi nghĩ đến Đăng và Mai, không hiểu chiều nay chúng đang làm gì trong căn nhà nhỏ ở một ngõ hẻm đường Kỳ Đồng. Mẹ chúng nó, người đàn bà lớn lên trong một gia đình mà đồng tiền ngự trị trên tất cả, đã có lần nói với tôi rằng nếu phải đổi tất cả danh dự và phẩm giá con người để có được trong tay cái tài sản trở thành người giàu nhất Saigon cô ta sẽ không do dự đặt danh giá dưới gót chân mình. Cũng may, cô ta không có đủ danh dự và phẩm giá để đổi cho nên số tài sản cô thu vào không đáng là bao.

Bù lại, cô ta được cái vẻ bề ngoài của một người vợ hiền khốn khổ bị hất hủi bởi một thằng chồng khốn nạn. Cô ta bỏ tiền ra mua chuộc những người chứng buộc tội. Ở người này là chiếc vòng ngọc thạch, ở người nọ là những tờ giấy bạc, ở người kia là những giọt nước mắt. Và khi chiếc vòng ngọc thạch trở thành vòng mã não, đồng tiền trở thành đồng bạc, nước mắt trở thành nước lã, họ cáo buộc lẫn nhau, tố cả đến người mua chuộc họ. Tôi sợ người đàn bà này. Nhưng sợ về phần tôi thì ít, mà sợ về hậu quả những đứa con tôi phải lãnh thì nhiều. "Tiền trên hết". Đó là định đề mà cô ta dạy chúng như một bài học vỡ lòng để chuẩn bị vào đời.

Một tội ác toàn hảo không có nghĩa là không có kẽ hở nhỏ. Một kịch sĩ đại tài không có nghĩa là đánh lừa được tất cả mọi người bằng vai trò của mình. Có thể nhiều người nhìn y, bị lôi cuốn bởi tài nghệ điêu luyện của y trong diễn xuất nên tưởng nhân vật y đóng và y là một. Và ngay cả y nữa, y đóng trò giỏi đến nỗi chính y cũng tưởng rằng y là một con người như thế.

"Đây mà anh!" Uyên kéo tay tôi lại khi thấy tôi đi vượt quá cửa hàng.

Tôi đẩy cửa kính, nhường cô vào trước. Quán nhỏ nhưng ấm cúng. Bên hông trái là một cánh cửa nhỏ mở ra một Hoàng Gia khác dành cho những bợm nhậu.

"Hai Hoàng Cúc!" Tôi nói với người chủ quán.

"Bố muốn gặp anh!" Cô bắt đầu.

" Bác có nói bao giờ không?"

"Không. Bố chỉ nói bao giờ gặp anh nhớ cho anh biết ý muốn đó của bố. Chuyện liên hệ đến anh!"

"Theo cô nghĩ, đó là chuyện gì?"

"Uyên không biết. Nhưng theo mẹ thì đó là chuyện gia đình anh và có liên hệ đến tính mạng anh".

"Chuyện gia đình tôi, mà lại liên hệ đến tính mạng tôi?"

"Uyên không biết. Và Uyên cũng không hiểu. Nhưng tại sao anh không đến gặp bố?"

"Tôi nhờ cô xin bác cho tôi cái hẹn!"

"Chủ nhật này được không anh?"

"Bất cứ lúc nào bác cho phép."

"Anh còn đang nghỉ mà, phải không? Uyên sẽ tìm anh ngay khi bố muốn gặp anh. Được không?"

"Nhưng cô biết tôi ở đâu mà tìm?"

"Anh ở đâu, chơi với ai, ngồi ở quán nào mà Uyên không biết."

"Cô là ma xó à?"

"Chứ sao?"

"Tôi muốn hỏi một câu? Vậy chớ cô nghĩ tôi là một người như thế nào?"

"Anh là một kẻ tà đạo!"

Tôi ngạc nhiên.

"Thế nào là một kẻ tà đạo?"

"An advocate of immorality".

"Tôi không hiểu!"

"Uyên cũng không hiểu. Nhưng tại sao anh chọn cách sống kỳ quái như vậy? Sao anh không cố gắng sống như mọi người?"

"Thế nào là sống như mọi người? Tôi vẫn ăn vẫn sống và tôi vẫn thở. Tôi đâu có gì khác người?"

"Uyên có gặp bà Lan một lần. Bà ấy than thở trăm chiều, nói xấu anh cùng cực. Anh chơi bời, bỏ bê nhà cửa. Anh là một người đam mê đủ thứ: rượu chè, trai gái, cờ bạc, hút xách... Anh hư hỏng..."

"Bà ấy còn nói gì thêm?"

"Bà ấy một gia đình thượng lưu như bà ấy, con gái của một chủ nhà băng không thể chịu đựng một người chồng hư như vậy?"

"..."

"Bà ấy nói anh có thể là một người cha tốt, cũng có thể là một người tình tuyệt vời, nhưng là một người chồng xấu."

"Cô nghĩ gì về bà ấy?"

"Xinh!"

"Thế thôi?"

"Nói nhiều!"

"...?"

"Và giả dối!"

"Cái gì làm cô nghĩ vậy?"

"Không thể nói được. Lúc này Uyên không thể cho anh nghe được!"

"Bao giờ thì có thể nói được?"

"Bao giờ chúng ta gặp lại?"

"Chẳng phải là chúng ta đang gặp ở đây sao?"

"Phải. Nhưng anh chưa đọc *Le Petit Prince* của Antoine de Saint Expery sao?" Cô có vẻ đổi để tài.

"Đã đọc. Nhưng sao?"

"Cần phải apprivoisier chứ?"

"Ai?"

"Chúng ta!"

"Vậy ai hiểu?"

Ngưng một lát, Uyên nhìn tôi.

"Anh có vẻ bận nhỉ?"

"Không. Tôi đang nghĩ tới một điều..."

"Một người?"

"Ừ. Một điều và một người."

"Một người tên Quỳnh?"

"Sao cô biết?"

"Uyên là ma xó mà! Nhưng... anh thử nghĩ coi đi với người này mà đầu óc nghĩ tới người kia thì có phải là một người đàn ông lịch sự không?"

"Tất nhiên là không!"

"Vậy anh là người lịch sự?"

"Đương nhiên."

"Anh có nghĩ rằng mình là người kiêu ngạo quá không?"

"Không!"

"Vậy anh là người khiêm tốn?"

"Cũng có thể."

"Anh nghĩ sao nếu có người nói anh là Don Juan?"

"Bậy bạ!"

"Anh có biết là Uyên đã biết anh từ lâu không?"

"Không! Từ hồi nào?"

"Lâu. Nhưng không nhớ từ hồi nào! Có lẽ hơn một năm nay, ở một lớp tối, trường Trường Sơn!"

"Cô làm gì ở đó?"

"Đi chơi. Có một người bạn học ở đó. Theo cho vui."

"Hôm đó cô nghe tôi nói gì?"

"Anh nói với người ta không nhớ đến con người hay sự vật chỉ vì con người hay sự vật đó. Người ta chỉ nhớ đến những gì có liên quan đến mình mà thôi."

"Sao cô nhớ kỹ thế?"

"Uyên chỉ nhớ những gì có liên quan đến Uyên mà thôi!"

"Giỏi!"

"Anh khen Uyên phải không?"

"Cứ cho là vậy đi!"

"Anh hay giảng bài lạc đề lắm, anh có biết không?"

"Ở đâu? Hồi nào?"

"Hôm đó, hôm có một người con gái lên hát bài Tiếng Sông Hương của Phạm Đình Chương."

Tôi hớp một ngụm trà Hoàng Cúc, đốt một điếu thuốc và nhớ lại buổi học tối hôm đó.

Lớp tối của Saigon phần lớn dành cho những người đứng tuổi đã có công ăn việc làm, muốn kiếm thêm cái bằng để tăng lương tăng ngạch. Cũng có một số người trẻ là những học sinh trường Pháp muốn, nếu chẳng may rớt Tú Tài Tây, còn lấy được cái Tú Tài Ta. Hôm đó lớp học khá đông, nhưng nói chung không khí có vẻ như bất bình thường. Bài học có tựa đề là *Ký Ức Và Liên Tưởng*. Tôi cho cả lớp ghi một số điểm tựa để nhớ khi làm bài thi. Tôi nhắc đến một số bài thơ phổ nhạc: *Chiều* của Hồ Dzếnh, *Ngày Xưa Hoàng Thị* của Phạm Thiên Thư, *Mộng Dưới Hoa* của Đinh Hùng... và tôi hỏi họ những ca khúc ấy có gợi cho họ điều gì không? Đau khổ hay Hạnh phúc? Tình yêu hay Thù hận? Hoặc một vệt nắng ở chái hiên, một cơn mưa phùn trên hàng me... có làm ta nghĩ đến chia ly hay sum họp? Lúc bấy giờ, tôi còn nhớ rõ như in, một chị ngồi ở đầu bàn đứng dậy:

"*Monsieur*, em nói được không?"

Tôi hơi ngạc nhiên, vì ở các lớp tối tính thụ động và ù lì gần như là bản chất. Họ ngồi nghe, ghi chép hoặc nói chuyện và ngủ gục. Phát biểu ý kiến hoặc đặt câu hỏi là một điều hiếm hoi.

"Mời chị. Nhưng chị hãy cho tôi biết là chị có ý định đi ra ngoài bài học không?"

"Không, *monsieur*, em hiểu bài học hôm nay theo một cách khác."

"Mời chị!" Tôi nhắc lại sự đồng ý của mình.

"Xin cám ơn!"

Rồi chị đứng quay mặt xuống lớp, giọng dõng dạc:

"Miền Trung đang bị thiên tai bão lụt, chúng ta đã đóng góp gì chưa?"

"Chưa!" Tôi nghe cả lớp ồ lên.

"Tôi đề nghị chúng ta nên nghĩ đến nỗi khổ đau của đồng bào ruột thịt!"

"Đề nghị đi!" Cuối lớp có tiếng người nói lớn.

Cả lớp nhao nhao.

"Tôi muốn cả lớp chúng ta đóng góp một chút gì để gọi là chia sẻ nỗi khổ đau của đất nước."

"Chị đóng góp trước đi!"

"Tự nhiên là tôi xin đóng góp trước!"

Chị lên bàn, lấy hộp đựng phấn viết bảng trút hết phấn ra, bỏ vào đó một tờ giấy bạc.

"Xin các bạn tùy hỉ!"

"Không phải giờ đóng góp!" Cả lớp lại nhao nhao.

"Tôi có ý kiến!" Chị vừa đưa tay lên vừa đứng dậy. Tôi xin hát tặng cả lớp bài *Tiếng Sông Hương* của Phạm Đình Chương. Các bạn sẽ đóng góp chứ?"

"Hoan hô! Hoan hô!" Cả lớp nghe nói hát hò vỗ tay ầm lên.

"Tôi có ý kiến!" Một người cuối lớp đứng dậy.

"Tôi hoàn toàn đồng ý việc làm của chị. Nhưng tôi nghĩ chị đã lạc đề. Chúng ta đang giờ học. Có lẽ mình nên dành việc này cho mươi lăm phút cuối giờ. Được không?

"Tôi không lạc để". Chị tiếp, "Bài học hôm nay cho ta thấy là một chút mưa, một chút nắng ở đây không thể không gợi cho ta nhớ đến miền Trung được, đó là miền đất ruột thịt của ta, nó liên quan đến ta, và ta có bổn phận phải nhớ nó. Theo tôi hiểu đó là triết lý của bài học!"

Và chị hát. Cả lớp im lặng. Ngọn điện néon trên bảng đen hình như sáng hơn. Và tiếng hát ấy của chị, tiếng hát tuy không nghề nghiệp nhưng rõ ràng phát ra từ một trái tim chân thật. Tiếng hát mộc mạc của người con gái mảnh dẻ mà can đảm ấy, đã làm cả lớp rung động.

"Xin cám ơn chị! Xin thay mặt miền Trung đau khổ tôi cám ơn chị! Buổi học hôm nay là buổi học hoàn hảo nhất trong năm của tôi nếu không nói là buổi học mà tôi bằng lòng nhất trong cuộc đời dạy học của tôi."

Tôi muốn ứa nước mắt khi nói với cả lớp sau khi bài hát chấm dứt.

"Lúc đó cô cũng có mặt trong lớp sao?"

"Có. Uyên ngồi ở bàn chót."

"Và cô đã chứng kiến…"

"Ầm! Cắt giữa chừng câu nói tôi là tiếng nổ lớn làm rung rinh những bức tranh trên tường. Cánh cửa kính giữ hơi lạnh của máy điều hòa không khí bị bật vào bật ra nhiều lần. Một số người chen nhau chạy ùa vào quán mang theo khói lựu đạn cay mù mịt. Uyên ho sặc sụa nước mắt nước mũi ràn rụa! Hai tay cô nắm chặt tay tôi. Chén trà Hoàng Cúc đổ ướt mặt bàn. Tôi biết tôi cũng đang ràn rụa mắt mũi. 4

"Ê ai như ông Thăng kìa!"

Trước hàng rào dẫn vào cửa phòng chiếu rạp Rex tôi thấy Uyên và mấy người trẻ tuổi. Một cậu tóc dài phủ ót, quần ống rộng, áo chẽn. Còn cậu kia tóc ngắn, y phục gọn, mắt sáng. Cô gái đứng cạnh Uyên khá cao lớn, cả khuôn mặt như chìm trong đôi mắt kính đen gọng to.

"Chào anh Thăng!" Uyên bước tới đưa tay về phía tôi.

"Chào!" Tôi bắt tay Uyên.

Quần jean xanh bạc màu, sơ-mi trắng rộng, tóc dài bím đuôi sam, Uyên tươi mát và ngây thơ như một thiên thần.

"Xin giới thiệu anh, đây là Cathy Hồng, bạn Uyên, và đây là Tấn và Minh ở Luật Khoa"

"Chào!"

"Và đây là anh Thăng!" Cô giới thiệu tôi với bạn mình.

"Thưa anh." Cả ba người trẻ tuổi cùng nói.

"Xin lỗi mấy bồ nhé!" Uyên nói với các bạn, và cô kéo tay tôi lôi về phía quầy giải khát bên hông tiền đình.

"Sao hôm đó anh không chờ Uyên?"

"Tại sao tôi phải chờ cô?"

"Đưa bố ra xe trở vào phòng đọc sách thì anh đã đi mất tiêu."

"Tôi là người ít kiên nhẫn."

"Sao anh không phone cho Uyên."

"Nhưng tôi đâu có số điện thoại của cô?"

"Ồ!" Uyên kêu lên bật cười.

"Cô thích Romy Schneider không?" Tôi nói lảng.

"Thích! Anh đi với bọn này nhé!"

"Cô có thể chờ tôi lấy vé được không?"

"Không còn vé đâu!" Uyên chỉ tôi xem tấm bảng Hết Vé dựng trước cửa tò vò.

"Làm sao?"

"Uyên có rất nhiều giấy mời. Anh đi với bọn này nhé?"

" Cám ơn cô! Để khi khác. Tôi có chút việc phải làm ngay bây giờ."

"Anh làm sao vậy? Uyên có chuyện muốn nói với anh thực mà!"

Cô bước lại chỗ mấy người bạn. Bốn cái đầu chụm lại. Tôi không nghe họ nói gì, nhưng khi Uyên quay lại cầm lấy tay tôi, tôi thấy cả ba đưa tay chào trước khi bước hẳn vào bên trong rạp.

"Mình đi đi anh!"

"Đi đâu?" Tôi ngạc nhiên.

"Thì anh cứ đi với Uyên đã."

Chúng tôi đi băng qua công viên trước Tòa Đô Chính, đi vào Hành Lang Eden. Những cửa kính trưng bày mỹ phẩm, đồ trang sức đàn ông đàn bà. Đèn sáng trong hành lang, nhưng người thưa thớt. Ra khỏi Hàng Lang là đường Tự Do, người đông nhưng có vẻ vội vội vàng vàng. Tôi đứng lại. Trên thềm gạch dọc theo vách nhà sách Xuân Thu là hàng sách "xôn". Không thiếu thứ gì: tiểu thuyết, sách khoa học, hội họa, âm nhạc, triết học...

Lướt mắt trên những tạp chí cũ và những tựa đề sách, tôi cố ý chờ nghe Uyên nói. Nhưng vì cô cứ lặng thinh nên sau cùng tôi phải lên tiếng:

"Đi đâu bây giờ?"

"Uyên muốn uống trà Hoàng Cúc."

"Trà Hoàng Cúc?" Tôi ngạc nhiên. "Ở đâu vậy?"

"Ở tiệm Hoàng Gia. Đi, anh đi với Uyên."

Đường Tự Do buổi chiều mát rượi dưới những cơn gió miệt mài từ sông Saigon thổi lên. Uyên khỏe mạnh, trẻ trung, nồng nàn đi bên cạnh một người đàn ông là tôi buồn nản, hoài nghi và nhạt nhẽo. Tôi lê bước theo Uyên trên một con phố thanh bình sang trọng. Chẳng có chút dấu vết nào cho thấy da thịt của Saigon bị những trận cào cấu nhức xương của một người tình phụ phàng trong mấy ngày qua. Tôi nghĩ đến Đăng và Mai, không hiểu chiều nay chúng đang làm gì trong căn nhà nhỏ ở một ngõ hẻm đường Kỳ Đồng. Mẹ chúng nó, người đàn bà lớn lên trong một gia đình mà đồng tiền ngự trị trên tất cả, đã có lần nói với tôi rằng nếu phải đổi tất cả danh dự và phẩm giá con người để có được trong tay cái tài sản trở thành người giàu nhất Saigon cô ta sẽ không do dự đặt danh giá dưới gót chân mình. Cũng may, cô ta không có đủ danh dự và phẩm giá để đổi cho nên số tài sản cô thu vào không đáng là bao.

Bù lại, cô ta được cái vẻ bề ngoài của một người vợ hiền khốn khổ bị hất hủi bởi một thằng chồng khốn nạn. Cô ta bỏ tiền ra mua chuộc những người chứng buộc tội. Ở người này là chiếc vòng ngọc thạch, ở người nọ là những tờ giấy bạc, ở người kia là những giọt nước mắt. Và khi chiếc vòng ngọc thạch trở thành vòng mã não, đồng tiền trở thành đồng bạc, nước mắt trở thành nước lã, họ cáo buộc lẫn nhau, tố cả đến người mua chuộc họ. Tôi sợ người đàn bà này. Nhưng sợ về phần tôi thì ít, mà sợ về hậu quả những đứa con tôi phải lãnh thì nhiều. "Tiền trên hết". Đó là định đề mà cô ta dạy chúng như một bài học vỡ lòng để chuẩn bị vào đời.

Một tội ác toàn hảo không có nghĩa là không có kẽ hở nhỏ. Một kịch sĩ đại tài không có nghĩa là đánh lừa được tất cả mọi người bằng vai trò của mình. Có thể nhiều người nhìn y, bị lôi cuốn bởi tài nghệ điêu luyện của y trong diễn xuất nên tưởng nhân vật y đóng và y là một. Và ngay cả y nữa, y đóng trò giỏi đến nỗi chính y cũng tưởng rằng y là một con người như thế.

"Đây mà anh!" Uyên kéo tay tôi lại khi thấy tôi đi vượt quá cửa hàng.

Tôi đẩy cửa kính, nhường cô vào trước. Quán nhỏ nhưng ấm cúng. Bên hông trái là một cánh cửa nhỏ mở ra một Hoàng Gia khác dành cho những bợm nhậu.

"Hai Hoàng Cúc!" Tôi nói với người chủ quán.

"Bố muốn gặp anh!" Cô bắt đầu.

" Bác có nói bao giờ không?"

"Không. Bố chỉ nói bao giờ gặp anh nhớ cho anh biết ý muốn đó của bố. Chuyện liên hệ đến anh!"

"Theo cô nghĩ, đó là chuyện gì?"

"Uyên không biết. Nhưng theo mẹ thì đó là chuyện gia đình anh và có liên hệ đến tính mạng anh".

"Chuyện gia đình tôi, mà lại liên hệ đến tính mạng tôi?"

"Uyên không biết. Và Uyên cũng không hiểu. Nhưng tại sao anh không đến gặp bố?"

"Tôi nhờ cô xin bác cho tôi cái hẹn!"

"Chủ nhật này được không anh?"

"Bất cứ lúc nào bác cho phép."

"Anh còn đang nghỉ mà, phải không? Uyên sẽ tìm anh ngay khi bố muốn gặp anh. Được không?"

"Nhưng cô biết tôi ở đâu mà tìm?"

"Anh ở đâu, chơi với ai, ngồi ở quán nào mà Uyên không biết."

"Cô là ma xó à?"

"Chứ sao?"

"Tôi muốn hỏi một câu? Vậy chớ cô nghĩ tôi là một người như thế nào?"

"Anh là một kẻ tà đạo!"

Tôi ngạc nhiên.

"Thế nào là một kẻ tà đạo?"

"An advocate of immorality".

"Tôi không hiểu!"

"Uyên cũng không hiểu. Nhưng tại sao anh chọn cách sống kỳ quái như vậy? Sao anh không cố gắng sống như mọi người?"

"Thế nào là sống như mọi người? Tôi vẫn ăn vẫn sống và tôi vẫn thở. Tôi đâu có gì khác người?"

"Uyên có gặp bà Lan một lần. Bà ấy than thở trăm chiều, nói xấu anh cùng cực. Anh chơi bời, bỏ bê nhà cửa. Anh là một người đam mê đủ thứ: rượu chè, trai gái, cờ bạc, hút xách... Anh hư hỏng..."

NGUYỄN XUÂN HOÀNG 81

"Bà ấy còn nói gì thêm?"

"Bà ấy một gia đình thượng lưu như bà ấy, con gái của một chủ nhà băng không thể chịu đựng một người chồng hư như vậy?"

"..."

"Bà ấy nói anh có thể là một người cha tốt, cũng có thể là một người tình tuyệt vời, nhưng là một người chồng xấu."

"Cô nghĩ gì về bà ấy?"

"Xinh!"

"Thế thôi?"

"Nói nhiều!"

"...?"

"Và giả dối!"

"Cái gì làm cô nghĩ vậy?"

"Không thể nói được. Lúc này Uyên không thể cho anh nghe được!"

"Bao giờ thì có thể nói được?"

"Bao giờ chúng ta gặp lại?"

"Chẳng phải là chúng ta đang gặp ở đây sao?"

"Phải. Nhưng anh chưa đọc *Le Petit Prince* của Antoine de Saint Expery sao?" Cô có vẻ đổi để tài.

"Đã đọc. Nhưng sao?"

"Cần phải *apprivoiser* chứ?"

"Ai?"

"Chúng ta!"

"Vậy ai hiểu?"

Ngưng một lát, Uyên nhìn tôi.

"Anh có vẻ bận nhỉ?"

"Không. Tôi đang nghĩ tới một điều..."

"Một người?"

"Ừ. Một điều và một người."

"Một người tên Quỳnh?"

"Sao cô biết?"

"Uyên là ma xó mà! Nhưng... anh thử nghĩ coi đi với người này mà đầu óc nghĩ tới người kia thì có phải là một người đàn ông lịch sự không?"

"Tất nhiên là không!"

"Vậy anh là người lịch sự?"

"Đương nhiên."

"Anh có nghĩ rằng mình là người kiêu ngạo quá không?"

"Không!"

"Vậy anh là người khiêm tốn?"

"Cũng có thể."

"Anh nghĩ sao nếu có người nói anh là Don Juan?"

"Bậy bạ!"

"Anh có biết là Uyên đã biết anh từ lâu không?"

"Không! Từ hồi nào?"

"Lâu. Nhưng không nhớ từ hồi nào! Có lẽ hơn một năm nay, ở một lớp tối, trường Trường Sơn!"

"Cô làm gì ở đó?"

"Đi chơi. Có một người bạn học ở đó. Theo cho vui."

"Hôm đó cô nghe tôi nói gì?"

"Anh nói với người ta không nhớ đến con người hay sự vật chỉ vì con người hay sự vật đó. Người ta chỉ nhớ đến những gì có liên quan đến mình mà thôi."

"Sao cô nhớ kỹ thế?"

"Uyên chỉ nhớ những gì có liên quan đến Uyên mà thôi!"

"Giỏi!"

"Anh khen Uyên phải không?"

"Cứ cho là vậy đi!"

"Anh hay giảng bài lạc đề lắm, anh có biết không?"

"Ở đâu? Hồi nào?"

"Hôm đó, hôm có một người con gái lên hát bài Tiếng Sông Hương của Phạm Đình Chương."

Tôi hớp một ngụm trà Hoàng Cúc, đốt một điếu thuốc và nhớ lại buổi học tối hôm đó.

Lớp tối của Saigon phần lớn dành cho những người đứng tuổi đã có công ăn việc làm, muốn kiếm thêm cái bằng để tăng lương tăng ngạch. Cũng có một số người trẻ là những học sinh trường Pháp muốn, nếu chẳng may rớt Tú Tài Tây, còn lấy được cái Tú Tài Ta. Hôm đó lớp học khá đông, nhưng nói chung không khí có vẻ như bất bình thường. Bài học có tựa đề là *Ký Ức Và Liên Tưởng*. Tôi cho cả lớp ghi một số điểm tựa để nhớ khi làm bài thi. Tôi nhắc đến một số bài thơ phổ nhạc: *Chiều* của Hồ Dzếnh, *Ngày Xưa Hoàng Thị* của Phạm Thiên Thư, *Mộng Dưới Hoa* của Đinh Hùng... và tôi hỏi họ những ca khúc ấy có gợi cho họ điều gì không? Đau khổ hay Hạnh phúc? Tình yêu hay Thù hận? Hoặc một vệt nắng ở chái hiên, một cơn mưa phùn trên hàng me... có làm ta nghĩ đến chia ly hay sum họp? Lúc bấy giờ, tôi còn nhớ rõ như in, một chị ngồi ở đầu bàn đứng dậy:

"*Monsieur*, em nói được không?"

Tôi hơi ngạc nhiên, vì ở các lớp tối tính thụ động và ù lì gần như là bản chất. Họ ngồi nghe, ghi chép hoặc nói chuyện và ngủ gục. Phát biểu ý kiến hoặc đặt câu hỏi là một điều hiếm hoi.

"Mời chị. Nhưng chị hãy cho tôi biết là chị có ý định đi ra ngoài bài học không?"

"Không, *monsieur*, em hiểu bài học hôm nay theo một cách khác."

"Mời chị!" Tôi nhắc lại sự đồng ý của mình.

"Xin cám ơn!"

Rồi chị đứng quay mặt xuống lớp, giọng dõng dạc:

"Miền Trung đang bị thiên tai bão lụt, chúng ta đã đóng góp gì chưa?"

"Chưa!" Tôi nghe cả lớp ồ lên.

"Tôi đề nghị chúng ta nên nghĩ đến nỗi khổ đau của đồng bào ruột thịt!"

"Đề nghị đi!" Cuối lớp có tiếng người nói lớn.

Cả lớp nhao nhao.

"Tôi muốn cả lớp chúng ta đóng góp một chút gì để gọi là chia sẻ nỗi khổ đau của đất nước."

"Chị đóng góp trước đi!"

"Tự nhiên là tôi xin đóng góp trước!"

Chị lên bàn, lấy hộp đựng phấn viết bảng trút hết phấn ra, bỏ vào đó một tờ giấy bạc.

"Xin các bạn tùy hỉ!"

"Không phải giờ đóng góp!" Cả lớp lại nhao nhao.

"Tôi có ý kiến!" Chị vừa đưa tay lên vừa đứng dậy. Tôi xin hát tặng cả lớp bài *Tiếng Sông Hương* của Phạm Đình Chương. Các bạn sẽ đóng góp chứ?"

"Hoan hô! Hoan hô!" Cả lớp nghe nói hát hò vỗ tay ầm lên.

"Tôi có ý kiến!" Một người cuối lớp đứng dậy.

"Tôi hoàn toàn đồng ý việc làm của chị. Nhưng tôi nghĩ chị đã lạc đề. Chúng ta đang giờ học. Có lẽ mình nên dành việc này cho mươi lăm phút cuối giờ. Được không?

"Tôi không lạc đề". Chị tiếp, "Bài học hôm nay cho ta thấy là một chút mưa, một chút nắng ở đây không thể không gợi cho ta nhớ đến miền Trung được, đó là miền đất ruột thịt của ta, nó liên quan đến ta, và ta có bổn phận phải nhớ nó. Theo tôi hiểu đó là triết lý của bài học!"

Và chị hát. Cả lớp im lặng. Ngọn điện néon trên bảng đen hình như sáng hơn. Và tiếng hát ấy của chị, tiếng hát tuy không nghề nghiệp nhưng rõ ràng phát ra từ một trái tim chân thật. Tiếng hát mộc mạc của người con gái mảnh dẻ mà can đảm ấy, đã làm cả lớp rung động.

"Xin cám ơn chị! Xin thay mặt miền Trung đau khổ tôi cám ơn chị! Buổi học hôm nay là buổi học hoàn hảo nhất trong năm của tôi nếu không nói là buổi học mà tôi bằng lòng nhất trong cuộc đời dạy học của tôi."

Tôi muốn ứa nước mắt khi nói với cả lớp sau khi bài hát chấm dứt.

"Lúc đó cô cũng có mặt trong lớp sao?"

"Có. Uyên ngồi ở bàn chót."

"Và cô đã chứng kiến..."

"Ầm! Cắt giữa chừng câu nói tôi là tiếng nổ lớn làm rung rinh những bức tranh trên tường. Cánh cửa kính giữ hơi lạnh của máy điều hòa không khí bị bật vào bật ra nhiều lần. Một số người chen nhau chạy ùa vào quán mang theo khói lựu đạn cay mù mịt. Uyên ho sặc sụa nước mắt nước mũi ràn rụa! Hai tay cô nắm chặt tay tôi. Chén trà Hoàng Cúc đổ ướt mặt bàn. Tôi biết tôi cũng đang ràn rụa mắt mũi.

Chương 5

Cùng với hơi lựu đạn cay là những con sâu vi trùng của bệnh cúm bay khắp thành phố, thổi qua căn gác tôi. Và vật ngã tôi.

Tôi nhớ hôm đó trời mưa lất phất trên đường khi tôi đưa Uyên về nhà bằng chiếc xe Lam cà khổ của tôi. Tuy mưa mà không mát, những hạt nước nhỏ như có chứa những ngọn lửa chích vào da thịt một thứ nóng ngột ngạt. Tự nhiên tôi nghe khan ở cổ và và ran buốt buồng ngực. Một cơn ho dữ dội và kéo dài như muốn bưng cả buồng phổi tôi vất ra ngoài, làm tôi phải gập người lại và ngã xuống khi tra chìa khóa cửa phòng căn gác trọ.

Tôi cố gượng để bước vào bên trong nhưng mắt hoa lên, cả căn nhà như sụp xuống và mọi vật quay cuồng, xoáy tròn trong một cơn lốc dữ dội. Và như thế tôi thiếp đi trong tiếng mưa gõ lên thành cửa sổ. Tôi cố mở mắt ra, nhưng vô ích, một lần nữa, chiếc cầu thang bằng gỗ, ngôi nhà, bầu trời, tiếng động... tất cả đều lung lay, chập chờn, nhạt nhòa và vỡ vụn...

Trong trí tưởng mờ mịt tôi lúc đó những hình ảnh này trộn lẫn vào những bóng dáng kia, sự việc này chen vô sự việc nọ, chẳng có gì ăn khớp nhau, nhưng hình như chúng liên tục và rất là hợp lý. Tôi thấy ông Phan là kẻ thù tôi, Uyên là em gái tôi, Quỳnh là mẹ tôi, ông Lý là bạn thân tôi. Chiếc răng khểnh của Quỳnh chạy qua Uyên, nốt ruồi tham lam của Uyên trên khuôn mặt Quỳnh. Ông Lý có đôi bàn tay mập ú rịn ướt mồ hôi còn giọng nói ông Phan đặc sệt miền Nam của ông Lý. Bà Phan là một thiếu nữ xinh đẹp. Và Đăng, và Mai các con tôi đã là những người lớn. Duy có một điều mà trí nhớ bệnh tật tôi lúc đó không hề bị hư hỏng, đó là ký ức về ngôi nhà tôi đã sống.

Nhà nằm sâu trong một ngõ cụt, trên góc đường Kỳ Đồng và Trương Minh Giảng. Cái sân chung của những ngôi nhà trong cùng một ngõ không ra hình chữ nhật cũng chẳng giống hình bầu dục. Ngay đoạn giữa là bụi, sỏi vụn và đá xanh lởm chởm. Nhà đâu mặt vào nhau cho thấy nhiều giai tầng xã hội trong một tập hợp thân ái mà nhạt nhẽo. Bên mặt là dãy nhà giầu, có sân riêng lót gạch đỏ, cổng sắt và cửa gỗ đánh véc-ni. Căn đầu là của một cặp vợ chồng Đức-Việt. Chồng làm ở tòa đại sứ Đức, vợ ở nhà trông con, hai đứa con lai cao lớn tóc vàng óng. Nhà kế là của ba chị em người Đà Nẵng, chỉ cả làm thư ký ở Tòa Đại Sứ Úc, chị thứ hai là y tá bệnh viện Grall và cô Út đang học trung học. Cả ba đều chưa chồng, nhưng cô Út đang mang bầu. Căn thứ ba là của một giáo sư dạy trường Nha và đang hành nghề chữa răng và chuyên làm răng giả tại gia. Vợ là bác sĩ mới ra trường. Ở trong cùng, đối diện với mặt đường là ba căn nhà: một biệt thự của một chủ ngân hàng, có cổng lớn, nhiều cây to và hơi tối. Tôi chưa vào nhà ấy lần nào nhưng tôi được nghe là nó rộng và đẹp lắm. Nhà sát đó là của một người thợ sửa xe đạp với đám con bụng ỏng da xanh mướt. Kế bên là nhà của một người đàn bà lấy chồng Mỹ. Phía bên trái là một căn nhà nhỏ thông qua đường Trương Minh Giảng. Nhà có sân tráng xi măng, với một cây trứng cá thay hàng rào. Phòng khách và bếp dàn hàng ngang. Buồng ngủ là căn gác sàn gỗ gần sát mái tôn. Cửa sổ mở ngó ra đường Trương Minh Giảng, không tránh nổi cơn nắng chiều quái ác.

Trong căn nhà đó, tôi đã có những buổi sáng thức dậy một mình, lo cho các con bữa ăn sáng và lo cả cho chính bản thân tôi, rồi tôi đưa chúng đi học, trước khi đến sở làm.

Trong căn nhà đó, tôi đã có những buổi trưa ngồi nhìn các con ăn trong nỗi chán chường của một gia đình mục rã, nơi có một người đàn bà chỉ nghĩ đến mình, chăm sóc phần ngoài của mình hơn là lo cho chồng cho con.

Trong căn nhà đó, tôi đã những buổi tối trở về khi các con tôi đã ngủ, tự làm lấy thức ăn một mình, tự ngồi một mình trên bàn cơm với cái chén, đôi đũa và sự cô đơn của một con người.

Nhưng thế nào là một gia đình?

Câu hỏi ấy cứ luôn luôn trở đi trở lại mãi mãi trong đầu tôi.

Một tế bào của xã hội, mà nếu thiếu nó xã hội chẳng là gì cả?

Một đơng vị gia cư?

Một tập hợp những cá thể, gồm một người đàn ông và một người đàn bà, và, nếu có thể, những đứa con?

Một chốn hợp pháp dành cho sự gặp gỡ của giống đực và giống cái?

Một nơi để trở về sau khi đã ra đi?

Một hang động để trú ẩn?

Tôi đã có một gia đình chưa?

Hình như là đã có theo một trong những ý nghĩa đó, và hình như là chưa theo một trong những câu trả lời kia.

Trong ngôi nhà đó, cái lò lửa nóng hực mặt trời buổi trưa, trong một Saigon đang lên cơn sốt chính trị, tôi đã phải tự bứng mình đi như người ta nhổ một bụi khoai ra khỏi cái luống đất xốp và rời rạc kia.

Đó là căn nhà của cơm nguội và nước lạnh, chan vào nhau lỏng bỏng lêu bêu, rời rạc nhạt nhẽo. Không ai có thể sống mãi trong một căn nhà như thế, khi cuộc đời bên ngoài tự nó cũng đang là một cái gì buồn thảm, lêu bêu lỏng bỏng, giả trá, xa lạ và đầy thù hận.

Tôi đã giã từ căn nhà đó, như cắt đứt cánh tay bị ung nhọt thối tha của tôi vì đã hết thuốc chữa.Nhưng tình yêu của tôi dành cho Đăng và Mai vẫn còn nguyên vẹn. Đó là nỗi đau của tôi. "Con cần mẹ, nhưng ba cũng cần các con". Cái hình ảnh một người đàn ông chiều thứ bảy đi thăm con ở nhà một người đàn bà trước kia là vợ mình, sao nó thê thảm đến thế!

Căn nhà ấy, mặc dù đã ra đi, tôi vẫn nhiều lần trở lại. Những buổi trưa, ba cha con ngồi quanh chiếc bàn ăn hình chữ nhật.

"Hôm nay con học gì? Một bài hát mới hả? Con hát ba nghe coi! *Il était un petit navire! Il était un petit navire! Qui n'vait ja-ja-jamais navigué, Qui n'avait ja-ja-jamais navigué...* Con ăn gì? Cay hả? Không, không cay đâu. Cái này không có ớt đâu!"

"Con phải cầm đũa như thế này, này! Con ngồi ngay ngắn nhé! Để tay lên bàn. Đúng! Thế!"

"Con ăn thêm nữa không? No hả? Sao ít vậy?"

Bữa cơm xong, Mai rửa mặt, đánh răng lâu thật lâu, tẩn mẩn tỉ mỉ từng chút, chậm rãi như một bà cụ non. Còn Đăng là một cái gì trái ngược: rửa mặt ào ào, đánh răng ào ào, chùi hai tay lên áo, trở lại bàn lấy tập và bút. Vẽ.

"Đố ba biết cái này là cái gì?"

"..."

"Ba dở ẹt! Thằng Tintin đi Hồng Kông mà ba cũng hổng biết!"

"..."

"Ba biết thằng cao bồi này tên gì không?"

"..."

"Ba thiệt hổng biết gì hết trơn hết trọi! Đây là Lucky Luke. Còn mấy thằng này là anh em đám thằng Dalton. Ghê chưa? Ba sợ hông?"

"..."

Đó là những buổi trưa, như những buổi trưa buồn thảm khác có ba cha con tôi trong căn nhà hộp diêm, thấp tè, nóng bức.

Cũng có hôm tôi bị phỏng vấn.

"Ba đi đâu? Sao ba không ở nhả?"

"Ba đi làm việc!"

"Ba làm việc ở đâu?"

"Tụi con biết rồi mà!"

"A! Con biết! Con biết!". Mai la lên. "Anh Đăng không biết đâu. Con biết nè! Bữa hổm ba chỉ cho em rồi. Phải không ba?"

"Phải!"

"Đó thấy chưa anh Đăng? Em biết mà!"

Sau đó, ba cha con trải chiếu dưới đất. Đăng xem sách hình. Mai kể chuyện cô giáo trong trường. Rất nhanh, một đứa đánh rơi sách và một đứa thiu thiu.

Rồi đến lượt tôi, rất nhẹ nhàng rón rén ra đi, sợ làm kinh động giấc ngủ của hai đứa bé.

Ở căn nhà đó ra, tôi lại trở về căn gác trọ, tắm rửa, thay quần áo, xuống phố, nói chuyện tầm phào với lũ bạn ở một quán nước quen, đi rong qua những hàng sách "xôn", xem một cuốn phim.

Còn cơm tối? Có khi là một bát phở, một khúc bánh mì, một chén bò viên, một chai bia... Cũng có khi, vì lười biếng, chẳng có gì hết ngoài những ly cà phê sữa đã uống...

Chiều thứ bảy. Thường lệ là những chiều thứ bảy, tôi đón Đăng và Mai đi ăn ở một quán Tàu trên đường Lê Văn Duyệt. Cơm thố và thức ăn xào nấu vừa miệng. Đây là quán mà tôi và các con tôi thích nhất. Người chủ quán là một cô Tàu còn nhỏ nhưng mập tròn và lùn tịt như một chiếc thùng tô nô. Cô hay hỏi tôi:

"Má tụi nó đâu rồi?"

Tôi mỉm cười không trả lời. Và bao giờ cũng vậy, đó là câu hỏi duy nhất mà cô luôn luôn nói với tôi. Sau bữa ăn là một chầu xi nê. Một cuốn phim mà trẻ con có thể xem được. Đôi khi nhằm một rạp vắng, Đăng đi từng dãy ghế, bật lên bật xuống từng chỗ ngồi, khua động từng chập trước giờ vào phim. Cuối cùng là vào một tiệm kem ba màu cho Đăng, bốn màu cho Mai, một cà phê liégeois cho tôi. Đêm trở về căn nhà ấy, hôn các con, và chia tay. Tôi lại lóc cóc chạy xe vòng qua Nhà Thờ Chúa Cứu Thế, rẽ qua con đường Nguyễn Thông đến Ngã Sáu chạy ngược chiều đường Phan Thanh Giản, qua một đường rầy xe lửa... vào một Cư Xá, leo lên một cầu thang dốc, tra chìa khóa vào một cánh cửa làm bằng ván ọp ẹp. Và bước vào một căn phòng không ai chờ đợi!

Tôi đã làm gì đời tôi?

Tôi làm một nghề bội bạc: dạy học. Nhiều người nói giáo dục là một nghề cao quý nhưng dạy học thì đồng nghĩa với bội bạc. Chẳng cần nghe người khác nói tôi mới biết điều đó. Tôi đã từng nhiều lần nhìn thấy sự bội bạc ấy vào mỗi cuối niên học nơi những học sinh thông minh và dễ thương nhất của tôi. Tất nhiên không phải người học sinh xuất sắc nào sau cùng sẽ chỉ là một người bội bạc xuất sắc, nhưng thường những học sinh xuất sắc dễ trở thành những tâm hồn bội bạc cực kỳ xuất sắc... Tôi yêu những khuôn mặt trẻ trung, những thái độ ngông nghênh mà vô tội vạ của họ. Tôi thích nhìn thấy tuổi trẻ ấy lớn lên, mau chóng vượt qua những gì họ đã học được ở nhà trường. Hạnh phúc của tôi chính là được thấy sự trưởng thành của học sinh tôi, là thấy được một ngày kia những anh chị ấy biết khinh bỉ sự chết cóng và những xác ướp kiến thức trong sách vở. Nếu họ đi xa và bỏ lại đằng sau lưng những người thầy của họ về mặt kiến thức và tiền bạc vật chất (tất nhiên), tôi hiểu rằng điều đó không bao giờ có nghĩa là bội bạc.

Dù sao, sự làm ra vẻ lãng quên, hay làm ra vẻ mình có một trí nhớ khiêm tốn của một người học sinh trước người thầy học cũ, cũng chỉ là một điều tự nhiên và bình thường trong xã hội ngày nay. Điều bất bình thường chính là người học sinh ấy còn nhớ đến người thầy của mình!

May mắn cho tôi trong đời mình cũng có đôi lúc nhận được sự bất bình thường loại đó. Và đó là một điều hiếm hoi của chút ánh sáng hạnh phúc phù du còn lại trong cái mờ mịt của một xã hội thời nay.

Tôi biết tôi là một tên lười biếng.

Tôi chỉ đọc những gì liên hệ đến công việc tôi đang làm, chỉ ăn những thức ăn đã dọn sẵn trên bàn, chỉ trò chuyện những ai đụng vào trái tim tôi, chỉ yêu những ai can đảm yêu tôi. Tôi không biết sục sạo, bươi móc như con gà tìm kiếm chút hạt gạo thừa ngoài sân.

Tôi là tên đàn ông thụ động trong tận cùng xương tủy.

Đừng tưởng là tôi không chán tôi. Tôi chán tôi như người ta vẫn thường chán những thức ăn thừa phải hâm đi hâm lại mãi nhiều lần trong nhiều ngày.

Nhưng tôi là ai?

Tôi là người đàn ông lang bang, lêu bêu. Tôi đang là cái tôi cách đây mười năm khi mới vừa tốt nghiệp ra trường. Một lần Quỳnh nói anh cứ coi như mình đang bắt đầu từ con số không đi! Tôi không đồng ý cách nói đó của Quỳnh. Làm sao tôi có thể bắt đầu được từ con số không? Tôi đang bắt đầu từ âm số. Dưới con số không nhiều bậc kia. Tôi đã bị trừ đi cái mười năm của tuổi trẻ phung phí vào một người đàn bà gian trá. Tôi đã bị trừ đi cái mười năm của một sự trống trơn về tai tiếng. Tôi đang bắt đầu từ những âm số của nợ nần, của những lời thị phi, của nụ cười đã tắt, niềm vui đã chết, hi vọng đã tan hoang.

Khi tỉnh dậy, tôi thấy mình đang nằm trên giường. Chiếu chăn thẳng thớm. Chiếc gối dưới đầu thơm mùi xà phòng mới giặt. Căn phòng gọn và sạch đến nỗi tôi có cảm tưởng như đây là lần đầu tiên tôi tới chốn này. Và trên chiếc ghế đặt sát đầu giường tôi là một ly nước cam vắt và một lá thư. Thư của Quỳnh. Cô cho biết cô đã đến thăm tôi đúng vào cái lúc tôi nằm ngáng ngay cửa phòng. Và cô đã khó khăn lắm mới đưa được tôi lên giường, thay quần áo, xoa dầu nóng, gọi bác sĩ thăm bệnh tôi. Nàng đã lau sạch sàn nhà, sắp xếp báo chí sách vở, thu dọn quần áo bẩn đem đi tiệm giặt, thay cả màn cửa, và mền gối mới cho tôi. *"Suốt đêm, Quỳnh viết, anh sốt mê man, miệng không ngớt lảm nhảm những lời vô nghĩa. Nếu anh cứ tiếp tục cái kiểu này có ngày anh sẽ chết mà không ai hay. Đời sống anh làm em ứa nước mắt."*

Thật sao? Có thật là còn có một người nào đó trên đời này ứa nước mắt cho tôi? Cuộc sống tôi bi thảm đến thế sao?

Trống trơn và lạnh lẽo. Đó là căn phòng tôi đang ở. Đó cũng là đời sống tôi. Sự bừa bãi của sách báo, và quần áo có thể làm đầy căn phòng, nhưng không thể làm đầy được sự trống rỗng trong tôi. Lửa làm ấm bàn tay nhưng ngọn lửa nào ấm được trái tim nguội lạnh tôi?

Và tôi thấy lại Quỳnh. Hình dung cô đứng ở cửa phòng khi tôi đang nằm ngáng nơi cánh cửa kia. Hình dung cô thu dọn, lau chùi căn phòng. Hình dung một người phụ nữ xinh đẹp ngoài phố và giỏi dắn như một bà nội trợ đảm đang trong gia đình.

Tôi đã yêu Quỳnh chăng? Tôi, kẻ không còn tuổi trẻ, không địa vị cũng chẳng phải là một tên biết hái ra tiền. Nhưng cái gì khiến người thiếu nữ xinh đẹp là Quỳnh yêu người đàn ông là tôi kia? Tôi không biết!

Hơn ai hết, Quỳnh hiểu tôi là kẻ không có gì trước mặt, cũng chẳng có gì sau lưng. Vậy mà Quỳnh không gìn giữ cho mình, nàng gửi hết cho tôi trái tim trẻ trung và nóng bỏng của cô. Quỳnh làm thức dậy trong tôi những tế bào tưởng sẽ chỉ mãi mãi ngủ quên do sức ép của những biến cố dồn dập lên đời tôi.

Giọt nước mắt của Quỳnh đã làm tôi hồi sinh thật chưa? Hay cũng chỉ là một sự đứng dậy nhất thời?

Nghĩ lẩn quẩn mãi tôi vẫn không hiểu tại sao tôi cứ bị căn gác trọ này ám ảnh thần trí tôi?! Tại sao tôi không tìm đến một chỗ trọ khác, khang trang hơn, ấm áp hơn? Phải chăng trong sự bi thảm có cái sức quyến rũ riêng của nó? Những hôm mưa lớn đứng trên cửa sổ nhìn xuống phía dưới tôi có cảm tưởng như mình đang đi thuyền trên một con sông lớn nước đục ngầu. Gặp những trận mưa to, cửa sổ không rèm che, không "ô-văng", nước tạt vào ướt cả chăn nệm, thấm những cuốn sách trên bàn viết... Hôm nào trời nắng gắt, phòng giống như cái hỏa lò làm rơi mồ hôi hột, mặc dù trên trần nhà những cánh quạt máy vẫn quay ở tốc độ cao nhất. Cái máy thu thanh mới lắp pin hai ngày đã chỉ phát ra những tiếng rè rè vì quên tắt núm điều chỉnh. Tấm lịch quên xé ngày. Cái gạt tàn đầy nhóc tàn tro và đuôi thuốc. Phin cà phê còn đầy xác mấy ngày chưa rửa. Những viên kẹo ngọt chảy nước trên mặt bàn vì để quá lâu...

Nhưng nếu tất cả những luộm thuộm, bẩn thỉu này làm cho đời sống tôi bi thảm thì phải chăng giờ đây khi mọi sự đã sạch sẽ, đã ngăn nắp sự bi thảm ấy đã chấm dứt?

Và nữa, kỳ lạ chưa, cái gì vậy? Trên vách, sau lưng tôi, ngay chỗ đầu giường ngủ tôi là một bức tranh sơn dầu vẽ chân dung một thiếu nữ. Ánh sáng, bố cục khuôn mặt và màu xanh kỳ lạ của bức họa – từ khi tôi nhìn thấy nó – làm cho căn phòng như trở nên sáng hơn, rộng hơn và dễ ưa hơn.

Dù sao điều tôi nhận ra ngay tức khắc khi nhìn chân dung người thiếu nữ trong tranh là sự pha trộn kỳ lạ giữa hai khuôn mặt trong một khuôn mặt. Cái trán bướng bỉnh, nốt ruồi tham lam, chiếc cổ cao của Uyên với đôi mắt mở to màu nâu mã não và cái miệng hơi rộng với chiếc răng khểnh của Quỳnh làm tôi giật mình.

Tranh không ký tên người vẽ, nhưng màu sắc và đường nét gợi nhớ đến Trịnh Nam, một trong những họa sĩ trẻ mà tài năng đang được xác nhận như là một trong số họa sĩ có khả năng vượt khỏi biên giới của quốc gia.

Gió thổi qua cửa sổ. Bầu trời đen như mực không một ánh sao. Tuy vậy tôi có thể nhìn thấy trong trí nhớ phía dưới kia là những mái nhà, những lớp ngói mốc rêu xanh, một sân nước bẩn thỉu, một con hẻm hẹp với hình ảnh một người đàn bà có bầu đang đùa với đứa bé bụng ỏng.

Cơn mưa sẽ đến! Tôi nghĩ vậy và nhìn đồng hồ. Còn mười lăm phút nữa mới đến tám giờ. Thế mà tôi cứ tưởng là khuya lắm.

Tôi đứng lên đóng cửa sổ, nằm xuống giường mở trang sách, đọc lại quyển *"Chùa Đàn"* của Nguyễn Tuân.

Có tiếng giày khua trên những bậc thang gỗ dẫn lên căn gác tôi. Rồi tiếng gõ cửa. Tôi vẫn nằm im. Tôi nghĩ là Quỳnh. Hình như trong thư cô đã viết cho tôi như vậy. Cái tay nắm cửa được xoay một vòng. Tôi nằm yên và nhắm mắt. Tôi nghĩ là Quỳnh sẽ hôn tôi. Nhưng lập tức tôi biết là tôi đã đoán sai. Mùi hương phấn rất đàn bà đang phớt qua mũi tôi. Ai? Tôi tự hỏi nhưng vẫn tiếp tục nhắm nghiền mắt. Tiếng giày ngừng lại ở đầu giường tôi. Tiếng sắc tay mở ra. Tiếng thở dài. Và mùi nước hoa lạ đang gần thấp xuống tôi. Rất gần!

Tôi không thể đoán được và cũng không thể kềm chế nổi cơn tò mò của mình. Và tôi mở mắt ra.

"Uyên!" Tôi kêu lên.

Khuôn mặt trắng xanh, trán bướng, mắt to, nốt ruồi. Cằm nhọn, cổ cao, tóc dài, ngực nở nang kiêu hãnh. Phải, đó là Uyên, con gái ông Phan, người tạo thời cuộc.

Uyên đang đứng trên đầu giường tôi, hai tay khoanh lại, nhìn tôi đăm đăm. Thấy tôi mở mắt, cô bỏ tay ra, một tay đặt trên trán tôi:

"Anh làm sao vậy? Uyên lo cho anh quá!"

Tôi chống tay ngồi hẳn dậy.

"Đừng. Anh cứ nằm yên nghỉ cho khỏe. Uyên đến thăm anh mà!"

Tôi nhất định ngồi dậy, tựa lưng vào thành giường, kéo chăn lên ngực, trong tay vẫn cầm quyển Chùa Đàn.

"Sao cô biết tôi bị bệnh?"

Uyên ngồi xuống ghế. Cô mở túi đựng cam, xếp lên bàn. Cầm một trái, vừa bóc vỏ Uyên vừa nói:

"Cách đây nửa giờ có người gọi dây nói cho Uyên biết là anh bị ốm."

"Ai vậy?"

"Làm sao Uyên biết được!"

"Đàn ông hay đàn bà?" Tôi không kềm nổi sự ngạc nhiên.

"Theo Uyên thì đó là giọng của một cô gái. Vâng, là của một cô gái/1"

"Một cô gái? Mà cô ta nói gì vậy?"

"Cô nói là ông Thăng không thể nào gọi dây nói cho Uyên được vì ông ấy ốm, khi nào khỏi bệnh ông ấy sẽ gọi lại ngay!"

"Thế thôi? Cô ta không xưng tên à?"

"Thế thôi! Cô ta báo tin xong là "cúp" ngay. Chẳng kịp hỏi han gì hết!"

"Không kịp hỏi han gì hết, sao cô lại biết chỗ ở của tôi?"

Uyên đưa cho tôi mấy múi cam đã bóc vỏ, rồi giơ một ngón tay lên đặt ngay sóng mũi:

"Bí mật nghề nghiệp!"

Tôi vẫn tựa lưng vào thành giường, nhìn Uyên. Vẫn xinh đẹp, vẫn trẻ trung. Rất phụ nữ, rất con gái. Uyên ngồi đó, bên cạnh tôi, trong căn phòng của một người đàn ông độc thân. Ánh sáng của ngọn đèn néon làm khuôn mặt cô trắng bệch xanh mướt, lót nền cho hai con mắt to đen trở nên quyến rũ hơn. Tôi nghĩ đến cái mà cô gọi là bí mật nghề nghiệp. Có gì bí mật? Ông Phan có thừa tai mắt để biết nơi ăn và chốn ở và cả hành tung của hằng vạn con người, ngay cả những người khó hiểu nhất, ăn thua gì một người như tôi. Vả lại, đâu cần thông minh lắm mới biết được cô gái gọi dây nói cho Uyên là ai. Có lẽ trong lúc dọn dẹp căn phòng Quỳnh đã đọc đượ cái "message" của Uyên gởi tôi? Và có lẽ Quỳnh muốn thử giải một bài toán mà cô là người đi tìm đáp số. Cô là người chia bài và chính cô là người đánh lá đầu tiên. Thôi được, cứ cho là Quỳnh chơi bài và Uyên cũng đang chơi bài đi. Nhưng tôi là cái "thá" gì mới được chớ?

Uyên vẫn ngồi yên. Cô có vẻ suy nghĩ lung lắm. Sau cùng Uyên đứng dậy đưa tay:

"Thôi, xin phép anh, Uyên phải về đây!"

Tôi nắm bàn tay Uyên. Tôi nhìn vào mắt cô. Uyên không phản ứng. Cô để yên tay mình trong tay tôi. Mắt tôi gặp mắt Uyên. Chúng tôi nhìn nhau như thể mới thấy nhau lần đầu. Tôi đọc được sự thách thức trong đôi mắt cô. Nếu tôi bỏ tay cô ra trước có lẽ tôi là người thua cuộc. Nhưng nếu cứ giữ tay Uyên trong tay tôi, tôi sẽ là cái gì? Vì vậy tôi kéo Uyên. Và cô ngã lên tôi.

"Đừng anh! Đừng anh!"

Tôi nghe tiếng Uyên kêu yếu ớt khi tay tôi vòng qua thân thể cô. Tôi hôn nhẹ nhàng: trên trán cô, gò má cô, tai cô, cổ cô và sau cùng rất tàn bạo môi Uyên. Mùi hương phấn rất đàn bà của Uyên tràn ngập trong tôi.

"Đừng anh! Đừng anh!"

Uyên kêu khẽ. Cô không hôn tôi. Tôi thấy đôi mắt Uyên ráo hoảnh nhìn tôi. Và cô đứng dậy, vén lại mái tóc rũ xòa trước trán:

"Thôi Uyên về! Bác tài đang chờ Uyên dưới đường!"

Tôi nhìn Uyên không nói.

"Anh ráng tịnh dưỡng nhé!"

Và cô nhẹ nhàng hôn lên trán tôi, rồi quày quả bước ra cửa. Tôi nghe tiếng giày khua rất chậm ở dốc cầu thang. Và tiếng động cơ xe nổ dòn, lăn bánh.

Chương 6

Tất cả những con đường đưa vào trung tâm thành phố bị chặn. Cảnh sát dã chiến và quân đội phối hợp đóng trụ ở các yếu điểm. Nội bất xuất, ngoại bất nhập. Biểu tình lớn ở trước thềm Quốc Hội. Chợ Bến Thành là một biển người. Trong hơi gió phảng phất mùi lựu đạn cay.

Bầu trời nặng và oi.

Cơn cúm chưa ra khỏi hẳn người tôi. Nhưng tôi không chịu nổi cảnh nằm nhà nghe nhạc và đọc sách như một tu sĩ. Tôi muốn gặp lại bạn bè ở không khí của một quán nước quen.

Với chiếc Lambretta, tôi chạy len qua khắp nẻo, nhưng không làm sao đến được chốn mà tôi vẫn thường đến. Đường vắng, nhưng những quán ăn ngoài lề đường vẫn đông khách. Dọc phố rải rác dưới các gốc cây, những mái hiên, góc lộ... là những người lính nai nịt gọn gàng, súng ống cầm tay trong một khí thế căng thẳng. Ở đường Đoàn Thị Điểm, một chiếc xe jeep Mỹ bốn bánh chổng vó lên trời cháy xém. Đối diện với sân quần vợt Bà Huyện Thanh Quan là khu cư xá của kiều dân Pháp, cổng đã đóng, và một cây cờ tam tài tổ bố trương lên cao.

"Đi đâu bây giờ?"

Tôi tự hỏi và không tìm thấy câu trả lời. Tôi cứ thế cho xe chạy. Ngang qua căn nhà có cây trứng cá ở đường Kỳ Đồng tôi thấy Đăng và Mai đang đùa vui với lũ trẻ trong xóm. Tôi không muốn gặp Lan. Tôi chắc giờ này chị ta đang ở nhà. Tôi chạy xuống nhà Quỳnh trước rạp Rex. Nhưng kẽm gai đã kéo qua Lê Lợi, rào chắn đã chặn ngõ Lê Thánh Tôn. Nguyễn Huệ hay Tự Do đều cô lập. Tôi như con chuột chạy quanh trong một chiếc lồng lớn bằng lưới.

Sau cùng tôi thấy mình ngừng xe trước cổng một ngôi biệt thự. Tôi bấm chuông. Và không đầy một giây, một người đàn ông, chẳng biết đã chờ chực ở đó từ bao giờ, hiện ra ở cửa:

"Ông hỏi ai?"

"Cô Uyên."

"Cậu là bạn cô Uyên?"

"Phải."

"Xin lỗi. Mời cậu vào trong."

Tôi theo chân người nhà của Uyên, băng qua khu vườn mà hôm trước tôi đã đi. Đến phòng khách, hắn mời tôi ngồi, lấy nước trà cho tôi và xin phép đi gọi Uyên.

Phòng khách rộng. Tường màu xanh nhạt. Ghế trường kỷ, bàn và cả một tứ bình đều cẩn xà cừ. Một bức tranh sơn mài lớn vẽ hình bốn con ngựa trong bốn tư thế phi nước đại khác nhau. Hoa hồng cắm trong một chiếc độc bình màu huyết dụ. Thảm trải dưới chân có hoa văn Ba Tư.

Tôi không ngồi. Tôi đứng say mê nhìn bức sơn mài. Ngựa bao giờ cũng là con vật ưa thích nhất của tôi. Ngay khi đó bà Phan bước vào.

"Thưa bác".

"Chà, cậu Thăng. Lâu dữ. Ông nhà tôi nhắc cậu hoài."

"Thưa bác, mấy hôm nay tôi cũng có ý định đến hầu bác, nhưng..." Tôi lúng túng.

"Tôi biết, tôi biết! Cậu bị ốm phải không?" Bà chận lời tôi và chỉ chiếc ghế bành. "Cậu ngồi xuống đây đi!"

"Cám ơn bác. Đúng vậy! Tôi bị cúm."

Tôi ngồi xuống ghế không biết mình sẽ nói gì. Thực ra nếu có Uyên ở đây cũng chưa chắc tôi nói được gì. Chẳng lẽ tôi đến thăm cô như một chuyện tình cờ? Chẳng lẽ tôi hỏi bà Phan là tôi muốn gặp Uyên?

"Bị cúm à? Hồi này trời độc lắm. Ông nhà tôi mấy hôm nay cũng sụt sịt hoài. Thế cậu đã uống thuốc gì chưa?"

"Thưa bác. Tôi đã uống đủ thứ. Congex. Ngậm Maxicaine. Và cũng đã chích một mũi Arcopulmin nữa."

"Nhưng bây giờ thì cậu đã nhẹ rồi chứ?"

"Cám ơn bác. Hết hẳn thì không hẳn là hết, nhưng nhẹ thì đã thấy nhẹ lắm."

"Thảo nào trông cậu vẫn còn xanh. Tám đâu?" Bà vừa nói chuyện vừa gọi người làm. "Lấy dùm tôi hai ly sữa đậu nành nhé!"

Người nhà mang nước lên. Bà Phan nói

"Cậu dùng thử nước này xem sao?"

Tôi nâng ly mời bà. Tôi đang khát nước. Trong phòng trọ tôi thiếu cái tủ lạnh. Nước máy lấy ở Lavabo thì nồng nàn mùi eau-de-javel, bình thủy có bỏ trà thì vì lười nên ít khi nấu.

"Cậu thấy thế nào?"

"Thưa bác cám ơn bác. Ngon lắm!"

"Đấy, con Uyên nhà tôi làm đấy!"

Nghe bà Phan đã nhắc Uyên, tôi thấy mình làm màu thế là quá đủ, tôi muốn hỏi thăm Uyên, nhưng bà Phan đã đứng dậy sửa lại cành hoa trong độc bình:

"Xin lỗi cậu Thăng nhé! Tôi có chút việc. Để tôi gọi Uyên lên cho anh em nói chuyện nhé!"

Đến cửa hông, bà Phan dừng lại, quay mặt nhìn tôi.

"À, trưa nay cậu Thăng ở lại dùng cơm với nhà tôi nhé! Cơm thường thôi. Đừng từ chối, bác giận!"

Tôi đứng dậy, hai tay thừa thãi:

"Thưa bác, cám ơn bác, nhưng xin phép bác cho một dịp khác."

"Không được! Đừng làm khách. Nhà tôi và tôi cũng muốn hỏi thăm cậu mấy chuyện!"

Và bà Phan bỏ đi vào trong.

Ngồi lại một mình trong phòng khách, tôi châm một điếu thuốc và thấy mình sao trơ trẽn. Tôi đến đây với mục đích gì? Động cơ nào xô đẩy tôi? Nếu là Uyên, tôi muốn gì ở cô? Giữa hai chúng tôi mới chỉ là một cái hôn. Tuy môi tôi đã ngậm môi cô và tuy cô không phản đối nhưng rõ ràng cô không hôn tôi.

Uyên. Tôi thì thầm tên cô. Tôi bỗng cảm thấy mình trở nên lãng mạn một cách kỳ quái. Tuổi trẻ thực sự tôi ở đâu để bây giờ đã quá cái tuổi ba mươi còn bị rung động vì một cái hôn?

Tôi châm thêm một điếu thuốc. Cái gạt tàn đã đầy lên vì mấy điếu thuốc hút dở chừng của tôi. Bỗng nhiên tôi thấy ngứa ở cổ. Và cơn ho khan làm gập đôi người tôi. Điếu thuốc trên tay rơi xuống làm cháy khét một lỗ. Tôi lọng cọng mãi mới nhặt được điếu thuốc lên, dí đầu lửa vào cái gạt tàn.

Bà Phan trở lại phòng khách.

"Cậu Thăng ạ! Tôi quên mất, nó xin phép tôi đi từ sáng. Có lẽ cũng sắp về".

"Cám ơn bác." Tôi chỉ vết cháy trên thảm. "Nhưng tôi làm cháy mất tấm thảm quý của bác rồi!"

"Không sao!" Bà Phan nhìn theo ngón tay trỏ của tôi. "Cậu vẫn còn ốm đấy. Để tôi lấy thuốc cho. Đừng có tưởng khỏe mà dễ ngươi."

Bà trở vào trong mang ra một ly trà nóng và mấy viên thuốc.

"Aspirine. Cậu nghe tôi uống một viên. Aspirine mà trị cúm là nhất nhé!"

Bất ngờ chuông điện thoại reo, bà Phan đứng dậy nhấc máy. Tiếng trả lời của bà khá nhỏ. Lúc trở lại chỗ ngồi, bà nói:

"Ông nhà tôi gọi cho hay trưa nay không về được. Tình hình chính trị gay go lắm! Nhưng không sao, cậu ở lại dùng cơm với mẹ con tôi nhé?"

Tôi đứng dậy. Tôi đã chuẩn bị trước một lời cáo từ. Nhưng kìa, Uyên đã hiện ra ở khung cửa. Áo chẽn ngắn tay màu kim nhũ, quần ống rộng màu vàng, thắt lưng to bản.

"Thưa mẹ, con mới về!" Và quay sang tôi.

"Chào anh Thăng, anh mới đến chơi?"

"Chào, cô Uyên. Tôi đến thăm cô!" Tôi ngượng ngùng thú thật.

"Anh Thăng ở lại dùng cơm nhé!"

Bà Phan ngước mắt nhìn đồng hồ treo tường rồi nói với con gái:

"Quá bữa rồi đó! Con xuống xem chú Ba đặt bàn chưa? Anh Thăng đương nhiên là phải ở lại dùng cơm với mẹ con mình rồi!"

"Còn bố? Bố không về sao mẹ?"

"Không! Bố bận họp! Phố xá có gì lạ không con?"

"Thưa mẹ, lộn xộn lắm. Anh Minh bị bắt hồi sáng nay, một người bạn của anh Minh trong Ban Đại Diện Sinh Viên bị một người lạ mặt bắn chết tại góc đường Hiền Vương-Duy Tân."

"Anh Minh nào vậy?" Bà Phan có vẻ chú ý.

"Thưa mẹ, anh Minh bạn con, cái anh chàng tóc cắt cao, quần áo gọn gàng như một sĩ quan không quân mà mẹ vẫn thường nhắc đó!"

"Mẹ nhớ ra rồi! Mà sao anh ấy bị bắt mới được chứ?"

"Con không biết. Chỉ nghe nói anh ấy cầm đầu bên trường Luật xuống đường xuống phố gì đó!"

"Ai bắt?" Bà Phan có vẻ chú ý.

"Bên chú Trương. Phòng Cảnh Sát Đặc Biệt!"

Ngừng một chút, Uyên tiếp "Mà mẹ có định can thiệp cho anh ấy không đấy?"

"Con muốn mẹ can thiệp sao?" Bà Phan hỏi ngược lại.

"Con không biết. Anh ấy là người đàng hoàng và học giỏi. Anh ấy là bạn tốt của con. Anh Minh có nhiều tham vọng."

"Thôi!" Bà Phan gạt ngang. "Chuyện này để mẹ bàn với bố xem sao. Bây giờ mình ăn cơm đi. Mẹ đói quá rồi!"

Bàn ăn hình bầu dục. Lưng ghế cao thoải mái. Thức ăn vừa miệng. Canh chua cá bông lau. Thịt kho tộ. Rau và cải chua. Một bữa cơm thanh bạch như thế này trong một gia đình thuộc loại số một quốc gia, tôi cho là "trong sạch". Phần tôi cả tuần nay không có lấy một hột cơm trong bụng. Mì gói - Bánh mì - Xôi. Nói chung, tôi: Mì gói muôn năm. Vì vậy bữa cơm ngon miệng không thể tả.

Bà Phan ngồi ở đầu bàn. Uyên và tôi ngồi đối diện nhau. Nhiều lần bà Phan gắp thức ăn bỏ vào chén tôi. Uyên cũng vậy. Thỉnh thoảng dục tôi ăn. Thật tình lúc đầu tôi cũng có hơi làm khách, nhưng sau chén thứ nhất tôi đã thấy tự nhiên. Rõ ràng là tôi ăn có nhiều hơn thường lệ.

Khi người nhà mang trái cây tráng miệng lên, Uyên bẻ nửa trái chuối đưa tôi:

"Anh chia hộ Uyên nhé!"

"Tôi là chúa ghét chuối!" Tôi buột miệng trả lời không kịp nghĩ.

Uyên vẫn đưa thẳng tay nửa trái chuối về phía tôi.

"Thì anh ăn hộ Uyên mà!"

Bà Phan ngó tôi:

"Chưa bao giờ tôi thấy con Uyên nó ăn hết một trái chuối. Cậu Thăng ăn hộ em nhé!"

Tôi cầm phần chuối Uyên chia và tôi thấy Uyên cầm tay tôi.

"Cám ơn anh. Uyên làm cà phê cho anh nhé?"

"Rất cám ơn!"

"Đúng tần số của anh rồi phải không?" Uyên nhẹ nhàng đẩy ghế ra, đứng dậy nhìn mẹ:

"Mẹ có muốn uống sữa đậu nành không?"

"Cám ơn con. Mẹ đã uống lúc nãy với anh Thăng!"

"Vậy, mẹ uống trà nhé?"

"Ừ! Con cho mẹ nước trà, nhưng vừa thôi đừng đậm quá!"

Uyên xuống bếp.

Bà Phan mở chiếc khăn ăn ra, thấm thấm ở môi:

"Cậu Thăng, tôi hỏi thế này khi không phải, xin cậu bỏ qua cho nhé! Tại sao cậu không sống trong gia đình bình thường như mọi người?"

"A! Câu chuyện sắp khởi sự rồi đây." Tôi nghĩ vậy.

"Thưa bác, tôi không được rõ ý bác?"

Bà Phan có vẻ không vừa ý. Bà giải thích.

"Tôi muốn nói bình thường như mọi người: Làm việc, nuôi vợ con, săn sóc nhà cửa. Bình thường như tất cả những người bình thường!"

Thế nghĩa là cái gì? Tại làm sao lại có cái chuyện bình thường với bất thường như thế này?

"Thưa bác, tôi vẫn lo cho gia đình và con cái."

Tôi nhìn thẳng vào mặt bà Phan và tôi nghe tiếng bà cười. Giọng cười nhỏ nhẹ nhưng không thiếu phần mỉa mai.

"Cậu Thăng vẫn lo cho gia đình con cái đều đặn. Khá nhỉ?"

Tôi thực sự ngạc nhiên về thái độ của bà Phan. Rõ ràng là bà đang đứng ở phía Lan. Bà không phê phán. Bà lên án. Bà tấn công tôi không phải bằng súng trường mà bằng đại bác. Nhưng không. Tôi không ngạc nhiên nữa. Tôi cáu. Tôi cáu thực. Bà nhân danh cái gì lên án tôi? Bà biết gì về những lục đục chính trong gia đình tôi dẫn tới tình trạng kia?

Ai đã cung cấp cho bà những tin tức sai lạc dường ấy? Còn nhớ một lần trong phòng họp giáo sư một bạn đồng nghiệp nói với tôi một điều gì tương tự như thế và tôi đã kể cho anh ta nghe một câu chuyện chiếc vớ bị thủng lỗ trong một đôi giầy cao cổ. Tôi hỏi anh ta nếu tôi mang chiếc vớ như thế thì anh có biết nó có lủng lỗ hay chỉ nhìn từ bên ngoài? Anh ta trả lời làm sao mà biết được. Tôi nói cũng có thể biết "nếu mình dám làm cái công việc dí mũi vào bên trong đôi giầy ấy, nhưng người lịch sự, có học và ghê gớm sự hôi thối không ai làm thế!". Tất nhiên sau đó anh ta chường mặt tôi, và lỡ khi phải đụng mặt nhau ở hành lang giữa tiếng chuông đổi lớp, chúng tôi vẫn không buồn chào nhau.

Nhưng với bà Phan tôi phải phản ứng làm sao đây? Hay là không cần phản ứng gì cả? Mà im lặng như vậy thì khác nào xác nhận lời nói của bà?

"Thưa bác, gia đình nào cũng có những điều riêng tư mà không phải ai đứng bên ngoài cũng đều có thể nhìn thấy được."

Bà Phan nhìn vào mắt tôi, giọng đã dịu dàng:

"Cậu Thăng. Xin lỗi đã có nhận xét về cậu. Tôi muốn nói chuyện với cậu như nói với một người thân trong gia đình. Một đứa em, một người con. Chắc cậu hiểu tôi chứ?"

"Thưa bác, tôi hết sức cảm ơn bác. Xin bác cứ nói những gì bác nghĩ và những gì bác đã được nghe người ta nói về tôi. Có những điều người ta thấy đúng nhưng nghĩ sai, và cũng có những sự việc tưởng là thế mà lại không phải thế!"

"Người ta nói cuộc sống của cậu phóng túng quá!"

Thế nào là một cuộc sống phóng túng? Lang bạt kỳ hồ? Phiêu lưu tình cảm? Bừa bãi trong mọi giao du liên hệ? Trai gái, cờ bạc, rượu chè, hút sách? Tôi không phải là tay đổ bác. Tôi cũng có đánh bạc đấy nhưng thường là chỉ chơi vào dịp Tết, và chỉ chơi trong giới hạn gia đình. Tôi không phải là bợm nhậu. Bạn tôi ở Chợ Đũi gọi tôi là tên phá mồi. Bia chỉ làm chai thứ hai đã ríu mắt. Sao làm Hồng Thất Công được! Tôi không phải là ống khói nhà máy chuyên thở khói thuốc lá. Tôi càng không phải là tay chích choác. Còn nhớ lần theo Đình, một trong những nhà văn có ảnh hưởng khá lớn trong giới sinh viên học sinh, đi thăm một tiệm "vàng đen" trên lầu một ngôi nhà ở góc đường Nancy và Trần Hưng Đạo. Đình nói với tôi mày thử một lần xem sao. Tuyệt lắm! Tôi thấy cái cảnh nằm la liệt trên những chiếc chiếu bẩn, uống chung cái cốc nước trà bằng sành nhỏ vàng vàng gớm ghiếc, tôi đã buồn mửa, làm sao ngậm cho được vào mồm cái tấu đã chuyền qua hàng ngàn cái mồm bẩn kia! Tôi quyết liệt dứt khoát từ chối. Sau lần ấy, Đình không bao giờ còn rủ tôi theo anh trong những chuyến đi loại đó nữa. Cái còn lại của tôi, nếu gọi được nó phóng túng, có lẽ là đàn bà. Tôi lập gia đình năm hai mươi tuổi với một người bạn gái học cùng lớp. Thuở đó tôi quá mơ mộng và lý tưởng. Còn cô ta thực tế đến tận đất đen. Đà lạt là đất của những cặp tình nhân. Nếu ở đây một người con trai và một người con gái chưa quen nhau mà hơi gần hoặc hạp nhãn nhau thì trước sau tất sẽ quen nhau. Nếu quen nhau rồi trước sau sẽ yêu nhau. Nếu yêu nhau thì không thể tránh đi lại với nhau, gần gũi nhau. Đã gần gũi nhau mà đứa con trai có chút trách nhiệm thì không chóng thì chầy sẽ lấy nhau làm vợ chồng. Hôn nhân ở cuối đường của cô gái là cái gì mơ hồ nhưng tình dục rõ ràng là đã xâm chiếm lấn át hết mọi sinh hoạt của họ.

Chúng tôi lấy nhau vì thói quen như quen một món ăn, một thức uống. Nhưng tệ hại vẫn là tôi, người chưa bao giờ có được một quyết định sáng suốt trong cuộc sống.

Giữa mùa hè, sau khi đã tốt nghiệp, Lan hay tin tôi muốn bỏ ngành đã học và đăng lính Hải Quân, cô ta tức tốc bắt tài xế đang đêm phải lái xe từ Đà lạt vù xuống Nha Trang, gõ cửa nhà tôi -lúc đó tôi đang ở Sài gòn- và khóc với mẹ tôi xin bà hãy cho cô làm dâu. Mẹ tôi không có ý kiến. Bà nói chuyện hôn nhân là của tôi, tôi phải tự định đoạt.

"Để sau nó không trách được tôi nếu nó không được hạnh phúc."

Đó cũng là năm mà tôi có Bích, một bạn gái quen nhau từ nhiều năm, khi tôi còn học trung học. Bích yêu tôi. Mẹ cô làm chủ một nhà Hộ Sanh khá lớn, anh em Bích đều là những người thông minh, học hành giỏi giang và tất cả đều thành đạt. Tuy vậy Bích là một thiếu nữ lãng mạn quá, mơ mộng quá. Tôi sợ một thiếu nữ lãng mạn. Yêu một cô gái mơ mộng thì được, nhưng cưới thì không! Lan trở lại Sài gòn gặp tôi. Cô nói "Em yêu anh, em muốn sống chung với anh. Em muốn có con với anh. Em biết chỉ có anh là người duy nhất có thể tha thứ cho em về sự lầm lỡ của đời em". "Tên lưu manh ấy", cô ta tiếp, "hiện làm *consul* tại San Francisco. Hắn phá hoại đời em. Hắn không chịu cưới em. Và nếu hắn có muốn cưới em, em cũng không thể nào lấy hắn. Em yêu anh. Thăng ơi, hãy cưới em hoặc để em chết?"

Tôi hiểu được do đâu có lời kêu than đó. Tôi là một tên quân tử Tàu loại hạng bét. Xúc động vì những giọt nước mắt, tôi cúi xuống vớt cô ta từ đống bùn đen lên, xóa dùm cô cái vết ô nhục mà gia đình cô ta không muốn nghe ai nhắc đến. Đêm tân hôn cô ta nói: "Cám ơn anh! Bây giờ em là vợ anh, nhưng em thấy mình vẫn có bổn phận biết ơn anh cho đến khi chết." Tuy vậy cô ta có một trí nhớ kém khi có lần cô nói người ta có thể lấy một người "hư hỏng" làm vợ chớ không ai lấy một người vợ về làm một mụ đàn bà "hư hỏng". Cô nói thiếu: không ai lấy một cô gái "hư hỏng" về để nhìn cô tiếp tục làm người đàn bà hư hỏng.

Với một người đàn bà loại ấy trong nhà thì người đàn ông sẽ phải làm gì nhỉ? Chắc là hắn không thể ở trong nhà được! Hắn cần có công việc để vùi đầu vào quên lãng. Hắn có cần tình yêu không, nếu tình yêu ấy đến với hắn? Hắn phóng túng quá không?

Có lẽ thấy tôi làm thinh hơi lâu, bà Phan tiếp:

"Người ta nói cậu bỏ bê con cái. Có khi nào cậu về thăm con không?"

"Thưa bác, chiều nào tôi cũng đón mấy cháu ở trường."

"Thật sao?" Bà Phan hỏi, giọng ngạc nhiên.

"Có. Cái đó con có thể làm chứng!"

Uyên vừa đặt ly cà phê trước mặt tôi vừa mỉm cười quả quyết.

Bà Phan gạt ngang:

"Con thì biết cái gì cơ chứ!"

Uyên trở lại chỗ ngồi cũ. Cô xem lại cái phin cà phê của tôi đã xuống hết chưa. Cô cho đường vào cốc và khuấy. Cô đổ trà ra cốc cho mẹ. Nước trà còn loãng, cô lại đổ vào bình.

"Mấy lần con đến trường của mấy cháu, con thấy anh Thăng rất đúng giờ!"

"Uyên! Bà Phan la con. "Me muốn con để yên cho me nói chuyện với anh Thăng."

"Thưa me, vâng!" Uyên tuân lời mẹ, không vui.

"Người ta cũng nói cậu có liên hệ với một cô làm ở hãng hàng không CAL? Tin đồn đó có đúng không?"

"Thưa bác, điều này đúng! Cô ấy tên là Quỳnh và là một cô gái can đảm!"

Tôi thấy Uyên nhìn tôi. Cả bà Phan nữa. Chắc bà không chờ đợi nơi tôi một câu trả lời như thế. Tôi múc một muỗng đường cho vào cà phê và khuấy. Tôi chuyển cà phê sang một ly đá lạnh. Tôi quên là Uyên đã cho đường vừa đủ.

"Cậu nghĩ gì về những lời đồn đại đó!" Bà Phan có vẻ như muốn kết thúc câu chuyện.

"Thưa bác, như bác thấy đó, cũng có đôi phần đúng và nhiều phần sai."

"Tóm lại, trong sự đổ vỡ này lỗi về phần ai?"

"Me!"

Tôi nghe tiếng Uyên thốt lên bất ngờ. Chiếc muỗng cà phê trên tay cô rơi xuống nền gạch gây nên một tiếng động chát chúa. Cô xô ghế chạy ào vào phòng riêng và đóng sầm cửa lại.

Mặt nước màu nâu đậm sóng sánh trong ly. Câu chuyện về tôi để làm loãng sự quánh đặc của cốc cà phê thân ái.

"Xin lỗi cậu Thăng nhé!"

Bà Phan đứng dậy, xếp lại cái khăn bàn ăn cho ngay ngắn, rồi chậm rãi đi lại trước cửa phòng Uyên, gõ nhẹ mấy tiếng lên mặt gỗ và áp má vào đó.

Tôi thấy mình trơ trên, thừa thãi. Tôi cho tay vào túi tìm gói thuốc và chạm một bao thơ. Tôi nhớ ra rồi. Đó là thư mời ra mắt sách của một nhà văn nữ. Chắc chắn là sẽ không thiếu mặt nào trong đám bạn bè tôi.

Tôi châm một điếu thuốc. Khói làm tôi ho sặc sụa, nhưng tôi biết cái thư mời ra mắt sách này đã cứu tôi ra khỏi cơn tắt nghẽn.

Chương 7

Căn nhà nhỏ nằm trên một quãng đường hẹp, sỏi đá lởm chởm và bụi mù tung mờ mịt dưới bánh xe. Cổng là một khung gỗ có ràng kẽm gai bên ngoài, nhưng bên trong là một miếng tôn dùng che tầm mắt của người đi đường để họ không thể thấy được phòng khách. Rất tạm bợ. Sân tráng xi măng xù xì vì trộn quá nhiều cát. Giữa sân là một cây khế cành lá xum xuê. Cửa chính hẹp, nhưng phỏng khách tương đối rộng.

Chủ nhân là một nhà văn nữ. Truyện chị hiện đang được nhiều nhật báo dành nhau đi hằng ngày. Chị viết dễ dãi, lôi cuốn, nhiều tình tiết. Nhân vật chị yêu nhau dữ dội và nguyền rủa nhau không tiếc lời. Họ gần gũi với đời sống nhưng đó là một đời sống đã được cường điệu: một linh mục, một tín đồ, một cô giáo, một nam sinh, một mối tình tay ba, một tình yêu không lối thoát... Nói chung truyện chị rất ít tình ái và rất nhiều tình dục. Lãng mạn có phần lép vế trước xác thịt. Ghen tuông dằn vặt lấn át cả hòa thuận yên vui. Một vài nhân vật tự tử vì không lấy được nhau. Một vài nhân vật lấy được nhau nhưng bắt đầu chán nản và cả hai cùng ngoại tình...

Truyện chị đăng trên báo thì nhiều, nhưng hôm nay mới là ngày ra mắt cuốn sách đầu tay của chị.

Khách đến đã khá đông. Phần lớn tôi đều quen mặt biết tên. Phùng, vẫn đôi kính cận màu nâu nhạt, gọng to, vẫn giọng nói gấp gáp đuổi nhau từ tiếng này sang tiếng khác. Anh dạy học ở một tỉnh cách xa Sài gòn chừng vài mươi cây số, nhưng mới đây, Phùng nói, anh vừa nhận được sự vụ lệnh thuyên chuyển về làm phụ khảo môn Triết Tây tại đại học Văn Khoa.

Nhật, sĩ quan chiến tranh chính trị, phóng viên chiến trường. Anh là người gây sôi nổi và được chú ý nhất trong năm qua với cuốn sách viết về trận chiến mùa hè ở Quảng Trị. Cái chết của người dân và người lính trải dài trên Đại Lộ Kinh Hoàng gây cho người đọc một ấn tượng khủng khiếp khó quên. Nhật là một trong số những nhà báo xông xáo nhất, có mặt trên hầu hết những điểm nóng của chiến trường.

Tâm, khuôn mặt sạm đen, gầy như một Khô Khốc Thiền Sư, thở thuốc lá đen như ống khói nhà máy, uống rượu như hũ chìm, và là một trong những tay đổ bác thuộc loại "Paul Húc". Anh cũng là một trong số ít nhà phê bình văn học có cái nhìn mới mẻ và sâu sắc về các tác phẩm văn chương hiện đại. Trong giao tế anh là người khó khăn, nhưng trong tình bạn anh là người cực kỳ chung thủy.

Gầy và mỏng hơn cả là Tâm là Đình. Anh có mái tóc dài chải lật ngược về phía sau. Cặp kính cận đôi lúc hơi trụt xuống sống mũi, tuy vậy vẫn không che hết được nỗi hắt hiu của một đôi mắt lúc nào cũng như chực chờ để vĩnh viễn khép lại. Đình là một trong những cây bút thời danh của Sài Gòn kéo dài từ những năm sáu mươi đến nay. Văn chương anh mềm mại, chữ nghĩa anh xanh xao. Truyện anh là một tiếng thở dài buồn bã hắt ra từ niềm tuyệt vọng của một kiếp nhân sinh. Giọng nói Đình phải chăng vì thế chan chứa sự quyến rũ của một cái gì sắp tan đi như mây khói. Trên đài phát thanh, chương trình nhạc chủ đề do Đình viết, đọc, và giới thiệu thu hút một tầng lớp thanh niên có học, và phải nói là gây một ảnh hưởng khá lớn đối với giới trẻ. Tôi yêu cái tài hoa điệu nghệ của anh, nhưng thật tình mà nói, tôi sợ giống anh, ít ra là hai điều: bệnh tật trầm kha đang ngự trị trên một thân thể vốn quá gầy yếu của anh, và ngôn ngữ anh chứa đầy độc tố...

Nguyễn Giang, một khuôn mặt lớn trong đời sống âm nhạc của đám đông với mái tóc dài hơi xoắn, chiếc kính cận gọng nhỏ, nụ cười nửa miệng. Anh là cha đẻ của những ca khúc mà mỗi lời hát như một lời thơ. Ngôn ngữ âm nhạc anh là bản lề giữa một bên là tiếng nói hằng ngày và một bên là suy tư triết học. Âm nhạc ấy được trình bày bởi một giọng hát lôi cuốn trẻ trung và đìu hiu: Mai Khanh. Tiếng hát của chị vang lên từ một trái tim hấp hối. Trong buồng ngực của chị như có ngọn lửa tàn bạo thổi nóng từng tiếng ngân, thắp sáng và mở rộng không gian của người thưởng ngoạn. Tôi nghĩ người ta đã nói không quá đáng rằng âm nhạc của Giang sở dĩ chinh phục được tim óc người nghe là nhờ tiếng ca ma túy của Mai Khanh và ngược lại giọng hát của Mai Khanh có được một chỗ đứng hàng đầu như cô hiện nay chính là vì tiếng hát ấy đã tựa được vào âm nhạc Nguyễn Giang.

Góc nhà chỗ đầu hồi, ngó ra cửa sổ, nơi lá của những cành khế thấp xuống, là một dương cầm. Con gái nữ chủ nhân đang chơi một khúc cổ điển quen thuộc của Beethoven.

Ghế ngồi của khách đặt sát vách tường. Giữa phòng là hai chiếc bàn kê gần nhau. Một bàn xếp những cuốn sách mới vừa in xong còn thơm mùi mực của nhà văn nữ. Bàn còn lại là thức ăn nhẹ và nước uống. Giữa là một bình hoa lớn. Những bông hồng nhung đỏ và vành tươi chen quanh những lá măng nhỏ cọng.

Người đến trễ giữa lúc mọi người đang ăn và sắp sang mục tặng sách là Tuấn-phở, Tuấn-luật sư. Hôm nay hắn ăn mặc khá đỏm dáng. Quần áo như đi dự dạ hội, râu mép, tóc dài, cổ choàng foulard đỏ màu huyết dụ. Vừa bước vào nhìn thấy tôi, Tuấn đã kêu to:

"A, Thăng! Vụ mày tới đâu rồi?"

Tôi nhìn hắn cười, hỏi nghịch:

"Vụ gì?"

"Còn vụ gì nữa! Có Bản Đại Tự chưa?"

Tôi vẫn muốn chọc hắn:

"Sao ông không nói toẹt ra là vụ ly dị cho nhẹ cái lỗ nhĩ có hơn không!"

"Ừ! Thì cứ gọi là vậy đi! Thế nào?"

Tuấn vẫn tỉnh bơ.

"Thế mà tôi định hỏi thăm ông đó. Ông ở tòa án chắc ông phải rõ hơn tôi chớ!"

"Khỉ! Tao đâu có phụ trách hồ sơ mày! Đi mà hỏi luật sư của mày chứ!"

Tuấn nói hơi to tiếng khiến mọi người gần như quay mặt hết về phía hắn. Hắn vẫn không để ý, vẫn ồm ồm cười nói lớn giọng.

Liền đó, hắn xâm xâm tới bàn, rút một cành hồng vàng rồi đi thẳng tới nữ chủ nhân. Nhà văn nữ của những truyện tình thời thượng đang nói chuyện với nhà xuất bản, một thanh niên trẻ và làm giàu sớm, thấy Tuấn đến vội ngừng câu chuyện.

"Xin tặng người phụ nữ văn chương đẹp nhất Việt Nam một bông hồng vàng của David Lean!"

"Tại sao David Lean!" Chị hỏi.

"Vì David Lean là đạo diễn phim Doctor Jivago"

"Thế có liên hệ gì đến tôi cơ chứ?"

"Có chứ!"

"Ông chỉ được cái vớ vẩn!"

"Vớ vẩn thế nào được. Thế bà chưa xem phim này à?"

"Đã. Nhưng sao cơ?"

"Đó là đoạn chàng Jivago bỏ nàng Tonia đang có bầu đứng giữa một vườn hoa vàng ở Varenkino để lên đường đi thăm người tình Lara của mình."

"Khiếp cái nhà ông luật sư này!" Nữ chủ nhân hiểu ra và la lên.

Tôi bưng ly rượu đến gần chỗ Nhật. Anh là người nói nhiều nhưng hôm nay nhìn anh trầm ngâm trước ly whisky làm tôi ngạc nhiên:

"Bao giờ lại đi?" Tôi hỏi.

"Cũng sắp!"

"Nhà cửa hồi này ra sao?"

"Khủng khiếp!"

"Cái gì? Sao lại khủng khiếp?" Tôi ngạc nhiên.

"Con vợ tao mày biết rồi chứ gì? Nó "hiền" như con cọp cái!"

Nhật sôi nổi.

"Tại sao?"

"Mày coi đây này!"

Nhật vừa nói vừa cởi chiếc giày trận. Ngón chân út của anh đã mất, tuy vết thương đã lành nhưng lớp da chỗ đó vẫn còn đỏ hỏn.

"Tao chả hiểu khỉ khô gì hết!" Tôi vừa nói vừa nhìn vào mắt Nhật.

Anh kể lại câu chuyện. Cách đây hai tháng về thăm vợ ở Biên Hòa là nguyên nhân về cái bàn chân bị mất ngón út của anh. Vợ Nhật là con gái rượu của viên đại tá công binh. Chị tên Lê, xinh đẹp và thông minh. Ở tỉnh lẻ, Lê nổi bật như một thiếu nữ tân tiến. Chị đọc sách nhiều, đầu óc cởi mở. Tuy mới lớn, chị đã dám vượt khỏi khuôn khổ của lề thói mà con người sống trong tỉnh nhỏ thường vẫn tự trói buộc. Tôi không hiểu từ miền Trung xa xôi, Nhật đã gặp, quen và cưới Lê trong trường hợp nào, nhưng tôi biết nếu cuộc hôn nhân ấy thành cũng là điều dễ hiểu. Tuy vậy thỉnh thoảng gặp Nhật, tôi vẫn nghe anh thở than về cuộc sống của gia đình anh.

Là một sĩ quan Dù, Nhật chiến đấu giỏi, gan dạ và mưu trí. Những bài báo viết từ chiến trường của anh có tiếng vang lớn. Chính những bài báo đó đưa anh từ Dù sang Chiến Tranh Chính Trị và làm phóng viên chiến trường. Cuộc sống nay đây mai đó của Nhật làm Lê khó chịu. Nhiều khi cả tháng anh lê la mấy quán nước ở Sàigòn, lăn lóc chè chén với đám bạn bè. Tới hôm về thăm vợ chợt nhớ ra sinh nhật của Lê đã qua cách đây hai hôm. Nghe lời tôi, Nhật mua về một bó hoa hồng xin lỗi vợ, nhưng Lê một mực lặng thinh. Chị nhất định làm con ốc biển mặc cho sóng vỗ ào ạt lên bờ cát.

Tối hôm đó, khi Nhật bắt đầu "chiến tranh lạnh" trở lại, Lê lên tiếng. Đến nửa đêm, khi thấy mình cứ lải nhải mà chồng thì cứ ngày khò từ đời nào, Lê đập Nhật dậy bật đèn sáng cả nhà, liệng xuống sàn nhà tất cả ly chén cốc dĩa nào trong tầm tay, xong cầm cái dao lính của Nhật vẫn thường dắt lưng, đặt ngón tay trỏ của bàn tay trái mình lên bàn chặt phụt một cái.

"Mày biết không" Nhật tiếp "Tao điên lên vì tức, vì buồn ngủ, vì lo sợ. Nó muốn qua mặt mình, muốn dằn mặt mình. Tao nghĩ vậy, bèn giật con dao còn dính máu, đặt bàn chân này lên chỗ bàn ngủ, cứa mẹ cái ngón chân út này. Thế là huề".

"Cỏn mày?" Nhật hỏi tôi.

"Ối! Tao còn tệ hơn mày nhiều!"

"Tới đâu?"

"Mày không nghe Tuấn-luật sư nói sao?"

"Thì cũng mơ mơ màng màng vậy thôi. Nhưng sao có thằng nói mày sắp làm phò mã ông Phan?"

Nhật làm tôi giật mình. Sao lại có cái cớ sự này?

"Ai nói?" Tôi hỏi gặng.

"Thì tụi nó nói. Đại khái là vậy. Thế nhưng còn em bé gì làm ở China Air Lines thì sao?"

"Có sao đâu!" Tôi chống chế.

Phùng mang một dĩa thức ăn đến chỗ tôi và Nhật.

"Ê, Thăng. Tình hình hồi này ra sao?"

"Tình hình gì?"

"Thì còn tình hình gì nữa? Tao muốn nói tình hình chính trị ở đây?"

"Chính trị? Sao mày không hỏi thằng Nhật hoặc ông Đình mà hỏi tao?"

"Tin sốt dẻo bây giờ chỉ có mày là nhất. Tao sợ thằng Nhật hay ông Đình rồi cũng phải đến hỏi mày mà thôi!"

Phùng làm tôi tức cười. Bạn bè biết tôi là thằng không ưa chính trị. Trong đám đông có ai nói chiến tranh hay chính trị thì tôi luôn luôn là kẻ ngồi im câm miệng hến. Tại sao? Tôi cũng không rõ nữa. Có lẽ tôi là tên dốt chính trị. Đằng nào tôi cũng là tên lơ tơ mơ về mặt này. Còn nhớ có lần Trọng, một bạn đồng nghiệp hỏi tôi rằng đâu là mối tương quan giữa chính trị và văn chương. Tôi trả lời hắn thẳng thừng văn chương và chính trị chẳng có ăn nhậu gì với nhau hết. Trọng, tất nhiên là không hài lòng về câu hỏi đó. Hắn chờ một câu ngược lại. Tuy vậy mặt hắn cứ lạnh như tiền. Thật ra, trước đó, hồi cùng thụ huấn chung tại quân trường Quang Trung, khi tôi được cử làm tờ báo cho Liên Đoàn Khóa Sinh Dự Bị Sĩ Quan, Trọng có viết cho tờ Đặc San một bài xã luận về cuộc chiến Việt Nam. Suốt bài, hắn lên án quân đội Mỹ và đồng minh là kẻ xâm lược, giọng điệu sặc mùi tả phái bởi vì bài báo ấy chỉ nhìn từ một phía nên không thể đi được. Hắn lạnh lùng nhìn tôi và nói:

"Rồi mày sẽ hối hận".

Tôi không hiểu ý nghĩa của lời hắn nói. Khi được biệt phái trở về nhiệm sở cũ, và cũng như Phùng, hắn được chuyển về làm phụ khảo cho môn Triết Tây tại đại học Văn Khoa Sàigòn, hắn viết và cho xuất bản một tập tiểu luận dưới nhan đề: "Cái chết của một nhạc sĩ". Bài viết của hắn lập tức được đài Hà Nội đọc lại và gây một phản ứng dữ dội từ nhiều phía.

Thật ra, khi viết tập tiểu luận này, Trọng hoàn toàn đứng trên quan điểm duy vật biện chứng có cải đổi nhẹ đi một chút. Dù sao vẫn là lấy chính trị đè bẹp văn chương.

Tôi nói với hắn rằng nhìn ngắm một tác phẩm văn học nghệ thuật tiên quyết là nhìn ngắm bằng con mắt thẩm mỹ học trước khi nhìn ngắm dưới khía cạnh chính trị, kinh tế, xã hội hay đạo đức. Một cái nhìn văn chương có tính cách gượng ép và đàn áp như vậy là một cái nhìn cận thị trí thức, khiến cho người có đôi mắt ấy trở nên một quái nhân với "chiếc đầu" to nhưng "trái tim" teo.

Tất nhiên không ai chịu nổi một bài thơ ca ngợi trăng sao và tình ái đăng trên một tạp chí xuất bản tại thành phố vừa mới qua một trận thiên tai kéo theo cái chết của hàng chục ngàn con người và hàng ngàn gia đình không chốn nương thân. Cái thứ thơ thẩn ấy cũng nên đem chôn sống đi là vừa. Thế nhưng, tôi cũng không ưa những kẻ bạ đâu cũng bô bô cái miệng lập trường quan điểm. Những kẻ chuyên gán ghép để buộc tội kẻ khác, lên án kẻ này, người nọ, thường là những kẻ đang có trong cơ thể hắn đúng thứ bệnh tật đó, nếu không muốn nói hắn là kẻ yếu đuối và thiếu bản lĩnh. Cái điệu bộ trịnh trọng của bọn này làm tôi chết cười.

Phùng, hơn ai hết, biết rõ điều này nơi tôi. Tôi không hiểu tại sao bạn ta lại đặt cho ta một câu hỏi quái đản như thế? Tôi hỏi lại Phùng:

"Tại sao? Tao tưởng dạo này mày bắt đầu quan tâm tới đời sống chính trị rồi chớ?"

Phùng vất mẩu thuốc hút dở xuống bàn -hắn luôn luôn làm như vậy dù trước mặt hắn có cái gạt tàn, bởi vì theo hắn cả cái xã hội này đã là cái gạt tàn lớn thì điếu thuốc hay tro thuốc bỏ đâu mà chẳng được.

"Nghe nói mày vẫn đều đặn trình diện ông Phan mà!"

"Đừng có móc bạn! Từ thì tao có gặp ông Phan. Nhưng đã sao?"

"Đó! Vấn đề là ở chỗ đó! Ông Phan không phải đang là người tạo thời cuộc sao? Không phải ông Phan đang chuẩn bị để làm *người số một* hay sao? Cái quyền lực trong tay ông Phan hiện chưa tới nhưng chẳng phải là một quyền lực "diều gặp gió" hay sao?

Nghĩ là tôi giận vì thấy tôi vẫn làm thinh, Phùng đùa:

"Chứng chỉ Triết Tây của cô Uyên do ông Phùng phụ trách, còn chứng chỉ Tình Yêu do ông Thăng đảm nhiệm nhé!"

Nói xong, Phùng xô ghế đứng dậy, sửa lại gọng kính nâu tụt trên sóng mũi, kẹp cuốn sách vào nách.

"Đùa chơi tí, đừng cáu nghe bạn!"

"Sư mày! Đồ triết gia điên khùng!"

"Thôi, để tao đến chào chủ nhân cái rồi dọt!"

Phùng đi, nhưng Nhật vẫn không buông tôi:

"Tưởng mày cũng biế tí ti chứ!"

"Biết gì?" Tôi giả mù sa mưa.

"Thì tình hình chính trị chớ còn gì?"

"Thế mày tưởng thằng Phùng nó nói thật hả?"

Nhật cười cợt:

"Đừng quên anh em nghe Thăng!"

"Cái gì?" Tôi hỏi lại và bật cười.

Bạn tôi thực sự là những tên đùa dai. Những lời chòng ghẹo của chúng làm tôi nhớ lại hôm gặp ông bà Phan. Đó lần duy nhất tôi gặp ông Phan. Ông quá bận rộn đến nỗi câu chuyện mà ông hứa sẽ nói với tôi vẫn còn nguyên trong bóng tối. Tôi cũng không quên những câu hỏi của bà Phan trong bữa cơm. Bà tấn công tôi với mục đích gì? Tại sao Uyên bật lên tiếng kêu ở cuối bữa cơm? Có phải nàng muốn ngăn chặn những câu hỏi kế tiếp của bà Phan? Và tôi làm sao quên được lần hôn Uyên. Đôi môi nàng nóng bỏng nhưng còn do dự ngập ngừng và mái tóc dài của nàng che phủ mặt mũi tôi tỏa xuống một mùi hương kỳ diệu của một thân thể trẻ trung tràn trề nhựa sống.

Nhật chưa kịp trả lời câu hỏi của tôi, thì Đình, Tâm đã cùng nữ chủ nhân kéo đến.

Nhà văn nữ chìa ly rượu trên tay cho tôi:

"Xin lỗi anh Nhật nhé! Tôi muốn mời anh Thăng thử chút Ngũ Gia Bì này!"

"Bà ơi! Bà mời rượu thằng này chẳng khác nào mời thằng Tây húp nước mắm!"

"Vậy là anh Thăng không biết uống rượu?"

"Đúng! Bà đưa cho tôi. Tôi mới là *connoisseur* chính cống!" Nhật cầm lấy ly rượu.

"Anh Thăng không có ý kiến?" Nữ chủ nhân hỏi.

"Đừng hỏi ý kiến của một người không bao giờ có ý kiến!" Đình chận lời.

"Cám ơn!" Tôi giật ly rượu trên tay Nhật và hớp một ngụm. Chất cay muốn xé cổ. Tôi chuyền ly cho Nhật. Anh ngửa cổ nốc cạn.

"Ngon tuyệt!" Nhật chùi mép khen.

Nhà văn nữ hỏi tôi:

"Thế còn anh Thăng? Anh thấy thế nào?"

"Cay! Với tôi, rượu không có mùi vị nào khác ngoài vị cay! Rất đắng cay!"

"Nó đang đau khổ vì tình, nên rượu vào chỉ có đắng cay!" Tâm thêm.

"Tôi có nghe chuyện tình của anh Thăng. Có lẽ tôi sẽ viết một truyện về anh, anh Thăng ạ!" Nhà văn nữ hơi phô trương.

"Cám ơn lòng tốt bà chị. Tài năng như bà chị mà viết chuyện tình của tôi thì phí phạm quá!"

"Đừng mỉa mai tôi, ông bạn! Rồi có lúc ông sẽ đọc truyện về ông trên những dòng chữ của tôi!" Nữ chủ nhân không phải tay vừa.

"Chào!"

Tôi ngồi lại một mình với Nhật. Tôi không biết làm gì. Mọi người chia ra từng nhóm nhỏ. Tuấn-luật sư vẫn là người to tiếng nhất. Tôi hỏi Nhật khi thấy anh thừ người trên ghế như đang lo nghĩ điều gì.

"Ông Phan là người như thế nào?"

Nhật nhìn thẳng vào mắt tôi nghi ngờ. Có lẽ anh nghĩ là tôi hỏi đố anh. Tuy vậy sau cùng Nhật vẫn lên tiếng nói về ông Phan theo cách hiểu biết của anh. Theo Nhật, ông Phan là một tay hiếm hoi trong những người làm chính trị chuyên nghiệp.

"Một tay thủ đoạn, một kẻ tà đạo trong chính trường."

Nhật nói như vậy. Ông Phan tốt nghiệp khóa sĩ quan trường võ bị Dar-el-Beida năm mới hai mươi mốt tuổi, tham gia nhiều trận đánh trong quân đội Pháp. Khi Đệ Nhị Thế Chiến chấm dứt, ông mang cấp bậc Trung tá. Người ta nói trong đoàn quân trở về tiếp thu Paris, ông Phan có mặt trong đội danh dự. Nhờ vết thương trong trận Normandie, ông Phan xin giải ngũ, xuống Toulouse mở một tiệm ăn Việt Nam.

Năm 1954, khi Pháp thua trận Điện Biên Phủ và Hà Nội rơi vào tay cộng sản, ông Phan sang lại tiệm ăn ở Toulouse cho một người đồng hương, trở lại Sài gòn. Người ta thấy ông Phan có mặt trong những buổi tiếp tân quan trọng. Vai trò của người Pháp sắp hết trên bán đảo Đông Dương, ông Phan là người biết rõ điều ấy, nhưng ông vẫn đi lại với tướng Michel Nguyễn -có vợ đầm, quốc tịch Pháp và là con trai của Đốc phủ sứ Maurice Nguyễn- trong chức vụ Tổng Tham mưu trưởng quân đội. Ông Phan cũng liên hệ đến nhân vật Sáu Cận, người cầm đầu Bình Xuyên và tin tức báo chí còn cho thấy ông Phan dành nhiều buổi nói chuyện với Đức Hộ Pháp... Sau cùng khi những khuôn mặt này không còn chỗ đứng trong chính trường miền Nam, người ta thấy ông Phan lui tới với ông Cương -em trai của vị Tổng thống đầu tiên ở Việt Nam- và uống rượu với đại sứ Hoa Kỳ Amberley. Người ta đồn lúc này bà An Hạ, vợ của ông Cương, là tình nhân của tướng Trần, nhưng nguồn tin thân cận thì nói rằng ông Phan mới là người tình thực sự của người đàn bà lừng lẫy này. Khi bà An Hạ đi Pháp tẩy độc dư luận sau vụ tự thiêu của một Hòa Thượng, người ta thấy ông Phan có mặt bên cạnh bà Đệ Nhất Phu Nhân ở sân bay Tân Sơn Nhất.

Sau đó ông biến mất một thời gian. Người ta nói Tổng Thống Hoa Kỳ đón ông sang Mỹ ngay khi cử ông Fullerton, nhà ngoại giao và cũng là tay bỉnh bút cừ khôi của tờ *Le Monde Diplomatique* Pháp đến Việt Nam làm đại sứ. Sự có mặt của ông Fullerton kéo theo sau đó sự sụp đổ của anh em ông Cương... ông Phan là người luôn luôn chứng tỏ mình là một nhà lãnh đạo nhà nghề. Ông không ngừng học hỏi nghệ thuật lãnh đạo và chủ nghĩa quyền thuật trong các tác phẩm lớn của nhân loại, điều mà trước kia do khả năng văn hóa kém đã không cho phép ông thực hiện được. Ông đã tự học - ngoài tiếng Pháp và tiếng mẹ đẻ - Anh, Tây Ban Nha và Hoa ngữ. Ông nói khá thành thạo tất cả những ngôn ngữ này. Châm ngôn của ông là *"Si vis non vobis"*, nghĩa là "ở với họ nhưng không theo họ". Với một bề ngoài xuề xòa, ông Phan là người đòi hỏi kẻ khác nhiều đức tính mà không phải ai cũng có thể có. Ít ai đoán được ông Phan sẽ làm gì sau cái bắt tay thân mật và nồng nhiệt của ông. Ông luôn luôn rào đắp quanh ông những cạm bẫy. Ông muốn làm sụp ai kẻ ấy trước sau sẽ sụp. Điều đặc biệt cái bẫy của ông Phan là một khi đã sụp thì khó mà ngóc dậy được...

Nhật nói về ông Phan như nói về một nhân vật tiểu thuyết của anh. Sự mô tả của Nhật làm cho hình ảnh ông Phan trong tôi mỗi lúc một rõ nét hơn.

"Nhưng ông ấy có phải là một người giỏi không?"

Nhật cười:

"Thế nào là một người giỏi?"

"Ông Phan có phải là một chính trị gia giỏi không?"

"Chính trị đòi hỏi thủ đoạn, liều lĩnh và máu lạnh. Ông Phan có đủ những thứ ấy!"

Tôi ngó chăm vào mặt Nhật:

"Mày không ưa ông Phan?"

Nhật cười dòn:

"Tại sao mày bắt tao ưa hay không ưa một người chẳng có liên hệ đến tao? Mày nên dành câu hỏi ấy cho chính mày mới phải!"

Ừ, mà tôi yêu hay ghét ông Phan vậy? Có lúc tôi thấy tôi ghét ông, ghét cái khuôn mặt mập tròn của ông, ghét những ngón tay ú nhão rịn mồ hôi trong tay tôi, ghét cái hung bạo người ta nói về ông... Nhưng cũng có lúc tôi thích ông... Sự cố gắng cực kỳ khó khăn của ông để làm thành một con người khác. Một tình cảm vô thức nào đó trong tôi nói với tôi rằng ông là mẫu người mà tôi tìm kiếm, khát khao được gặp và đã tìm thấy. Dù sao tôi muốn chấm dứt câu chuyện về ông Phan.

"Thôi không phải nói chuyện ông Phan nữa!"

Nhật cười:

"Bây giờ làm báo mà không nói về ông Phan thì coi như không biết làm báo!"

Tôi đứng dậy, trả ly rượu trên bàn, đột nhiên nhận ra suốt buổi chiều hôm nay mình đã không đốt một điếu thuốc nào. Tôi hỏi Nhật:

"Mày còn thuốc?"

Nhật đang vò bao thuốc không trên tay giơ lên cao cười cười.

Thiệt là vô duyên. Tôi nói:

"Thôi về đây!"

"Chưa về được đâu!" Nữ chủ nhân chận tôi: "Phải nghe anh Giang hát một ca khúc mới nhất của anh ấy đã! Cái ông Thăng này!"

"Ngồi xuống đây đi ông nội!" Nhật đè vai tôi xuống.

Người ta đã mang cây tây ban cầm ra cho Giang. Tôi thấy anh sửa lại gọng kính đang bị tụt xuống sóng mũi. Anh so dây, đầu cúi thấp, nhưng mặt hơi nghểnh lên, tai trái nghiêng xuống thùng đàn lắng nghe âm thanh phát ra từ những sợi dây đồng.

Cả phòng bỗng im lặng.

Âm nhạc anh làm tôi nhớ Quỳnh, vô cùng nhớ Quỳnh...

Nhưng những gì Nhật vừa nói về ông Phan làm tôi lo nghĩ hơn. Nỗi ám ảnh về con người ấy to lớn đến nỗi tôi thấy mình như đang bị bạn bè cô lập. Có thật là ông Phan muốn gặp tôi? Có thật là giữa ông ta và tôi có một mối liên hệ nào đó và ông đang rất muốn gặp tôi? Sự thật tôi muốn gì nơi ông?

Chương 8

Rốt cuộc ông Phan và tôi cũng gặp nhau. Đó là buổi sáng của một mùa Hè được kéo dài do cơn lốc thời sự gây nên. Suốt đêm qua tôi khó ngủ, nhưng không hiểu sao tôi lại dậy được sớm hơn thường lệ.

Ngồi quán, tôi gọi cà phê, chờ đám bạn mà tôi biết thế nào chúng cũng sẽ đến. Bọn chúng tôi không có thói quen thăm nhau ở nhà. Sáng cà phê Cái Chùa, chiều bia Chợ Đủi, đêm nghêu sò ốc hến La Cai... Đó là những nơi chúng tôi có thể tìm gặp nhau mà không cần hẹn.

Mỗi đứa trong bọn có cuộc sống riêng và nỗi khổ riêng. Cái chung của cả bọn ấy là chúng tôi đều cảm nhận được sự lạc long của mình trước cuộc sống. Tuổi trẻ chúng tôi lớn lên tù túng trong những khu phố chật chội. Tầm mắt chúng tôi không vượt quá cái cao ốc mười tầng của nhà hàng Caravelle. Những đứa may mắn được đi du học, nhìn bạn bè ở lại như người ngư phủ nhìn những con cá mắc cạn. Một vài đứa vào quân đội tưởng đã thoát ra khỏi được chiếc lồng nhỏ bé là những con đường mát bóng cây dẫn đến một giảng đường đại học nào đó, để lao vào cuộc chiến tranh không thương xót mà kẻ thù chủ nghĩa ẩn hiện như một bóng ma, -vẫn không làm sao quên được màu nắng vàng rớt trên con lộ một khu phố quen. Có đứa đi biệt không về, không bao giờ về nữa. Có đứa may mắn hơn trở lại chỗ ngồi cũ thì đã tật nguyền cả thân xác lẫn tâm hồn. Và nhà cửa, cơm áo vợ con cũng đủ làm cho chúng tối tăm mặt mũi. Tình yêu đến hay đi, đối với chúng tôi như một cái phao hơn là một lẽ sống. Một lần gặp nhau ở Chợ Đủi, bên những chai bia, khi cả bọn đã ngà ngà say, Ký nói ông Vũ Hoàng Chương thế mà hay, ông ấy không chỉ nói dùm cho những người cùng thời đại ông mà còn nói dùm cho cả thế hệ bọn mình nữa. Và anh buồn bã đọc những câu thơ mà cả bọn gần như thuộc lòng. Tuy vậy, mỗi lần Ký đọc là mỗi lần anh đem đến cho chúng tôi một xúc cảm mới:

Lũ chúng ta lạc loài năm bảy đứa

Bị quê hương ruồng bỏ giống nòi khinh

Bể vô tận xá gì phương hướng nữa

Thuyền ơi thuyền theo gió hãy lênh đênh

...

Sáng nay, nhìn quanh quẩn trong quán không thấy người khách nào khác ngoài mình, tôi bỗng nhớ Tâm. Tâm nổi tiếng trong bọn là người hay ra quán sớm nhất, sớm đến nỗi một hôm nó đụng một người lạ mặt cũng đang đứng chờ trước cửa như nó. Ông ta hỏi Tâm:

"Chào ông, ông đi đâu sớm vậy?"

Tâm trả lời:

"Tôi đi uống cả phê".

Và nó hỏi lại người lạ:

"Còn ông, ông đi đâu mà cũng sớm quá vậy?"

Người lạ đáp:

"Tôi là quản lý nhà hàng, nhưng... xin lỗi ông cho tôi vào trước, sẽ có cà phê nóng cho ông ngay."

Tôi cười thầm khi nhớ lại câu chuyện uống cà phê của Tâm. Đúng lúc tôi nghe cánh cửa bật mở. Tôi nghĩ, chắc sẽ không phải ai khác hơn ngoài Tâm. Nhưng không! Người mới bước vào to lớn dềnh dàng như một con khỉ đột. Y ngó quanh nhà hàng, và khi thấy tôi một mình, y xâm xâm bước tới, hai chân thẳng, đầu cúi thấp:

"Xin lỗi, ông có phải là ông Thăng không ạ?"

"Phải! Chính tôi!" Tôi ngừng dao bôi bơ lên bánh, ngạc nhiên.

"Thưa ông, tôi là người nhà cụ Phan. Cụ sai tôi mời ông có việc cần."

Tôi đặt bánh xuống đĩa, lau tay:

"Nhưng sao anh biết là tôi ở đây?"

"Thưa cô Uyên bảo là ông ở đây!"

Y trả lời, giọng ngập ngừng.

"Cô Uyên? Nhưng cô ấy ở đâu?"

"Cô đang chờ ông ngoài xe."

Tôi đặt tiền lên bàn, đứng dậy theo người nhà ông Phan. Y đi trước, mở cửa, giữ tay nắm, nhường lối cho tôi. Bên lề đường, một chiếc Mercedes đen vẫn còn nổ máy. Y mở cửa sau:

"Mời ông!"

Trên đệm xe, Uyên kéo chiếc kính mát màu nâu thấp xuống sống mũi, nhìn tôi tinh nghịch:

"Anh thấy chưa, không ai biết anh bằng Uyên!"

Nàng nhich vào trong nhường chỗ cho tôi.

"Cám ơn cô! Chưa ai bằng cô thật!"

Xe phóng êm. Máy lạnh mát. Buổi sáng Saigon thức dậy uể oải. Không còn nữa cái không khí náo nhiệt cách đây nửa năm. Tôi nhìn Uyên. Khuôn mặt cô thiếu nữ một cách trẻ con. Uyên đang mỉm cười một mình. Nốt ruồi ở khóe môi như một thách thức. Mái tóc dài của Uyên được tết thành đuôi sam. Cuối đuôi là một bông tỉ muội trắng. Áo vàng ngắn cũn cỡn, quần ống rộng, nhưng bó căng ở đùi. Cánh tay Uyên trắng xanh, những sợi lông tơ dài và mịn, màu vàng óng ánh nằm rạp như cánh đồng lúa dưới cơn gió.

Tôi lấy một điếu thuốc gắn lên môi.

"Tôi hút được chớ, cô bé?"

"Xin anh cứ tự nhiên, Uyên không sợ cay mắt đâu!"

Tôi bật lửa châm thuốc. Khói bị nhốt trong xe có máy điều hòa bay chấp chới.

"Cô Uyên có biết ông cụ gọi tôi về chuyện gì không?"

"Uyên không biết. Nhưng chắc vẫn là chuyện hôm nọ bố chưa kịp nói với anh. Phần anh, anh cũng muốn gặp bố mà, phải không?"

"Phải. Nhưng sao bất ngờ quá!"

"Sáng nay, trong bữa điểm tâm, bố hỏi mẹ là anh có đến chơi nhà không. Me nói có. Bố bảo muốn gặp anh, và Uyên xung phong đi tìm. Thế thôi!"

"Thế thôi!"

Uyên quay mặt về phía tôi. Bàn tay mát rượi của cô đặt lên tay tôi.

"Gặp bố anh có lo không?"

"Tại sao tôi phải lo chớ?"

"Anh quên sao? Bố nói là chuyện này có liên hệ đến đời anh mà!"

Tôi lo thật. Việc ông Phan gọi tôi bất ngờ sáng nay làm tôi lo hơn. Tôi chỉ giả mù sa mưa thôi. Tôi đâu có cứng đến như vậy. Tôi nói lảng:

"Chuyện anh Minh tới đâu rồi?"

"Anh Minh nào?" Uyên ngơ ngác.

"Anh Minh trường Luật hay Văn Khoa bị bắt trong đám biểu tình hôm nọ đó!"

"Ồ!" Uyên nhớ ra. "Bố đã can thiệp bên Cảnh Sát thả anh ấy ra rồi!"

"Còn Tấn?"

"Ôi anh ấy thì được cái tích sự gì? Suốt ngày chỉ nghĩ đến chuyện ăn diện và nhảy nhót. Học thì ngáp vắn ngáp dài. Ăn chơi thì sáng mắt như sao băng!"

"Thế còn cô?"

"Uyên đấy à? Uyên không đồng bóng như anh ấy đâu!"

"Nghĩa là cô đồng bóng cách khác à?" Tôi nghịch.

"Đừng nói bậy, ông này!" Uyên bấm những ngón tay nhọn của nàng trên tay tôi. "Có những người như anh Tấn cứ tưởng nhảy nhót là văn minh, ăn diện là thanh lịch, trong khi đầu óc thì trống rỗng tối tăm. Uyên thích anh Minh hơn. Anh ấy đàn ông, rất đàn ông, hiểu biết và tham vọng. Giữa hai người là một khoảng cách thật lớn mà không hiểu sao họ lại thân nhau được. Thật Uyên không hiểu nổi!"

"Có gì mà không hiểu. Kết thân với ai có nghĩa là tìm kiếm nơi người đó điều mà mình đang thiếu."

"Thế anh tìm kiếm gì nơi Uyên?" Đột nhiên Uyên đặt một câu hỏi bất ngờ.

"Tôi tìm nơi cô cái mà tôi thiệt thiếu… còn cô, cô tìm gì nơi tôi?"

"Uyên ghét anh! Uyên ghét anh!"

Thoắt cái, hai bàn tay Uyên đập lia lịa trên ngực tôi như một người đánh trống. Tôi là một cái trống không phát ra tiếng động.

Xe đã lăn vào nhà. Bánh lăn lạo xạo trên sân sỏi.

"Thưa bác!"

Ở cuối phòng khách rộng, ông Phan đang quay mặt vào vách, hai tay chắp sau lưng, đầu ngước lên, có vẻ như ông đang chiêm ngưỡng những hoa văn chạm ở thanh kiếm Nhật treo ở trên tường.

"Bố!"

Uyên đứng bên tôi, hai tay chống lên thành ghế, cô gọi ông Phan, giọng hơi lớn. Ông quay lại, dáng chậm rãi, mắt thoáng sáng, nhưng không có cái vẻ vồn vã với tôi như lần đầu. Ông chìa tay cho tôi:

"A, cậu Thăng…, cháu Thăng. Lâu dữ!"

Tự nhiên tôi rụt lại, chần chừ. Tôi nhìn vào mắt ông. Cách xưng hô thân mật của ông làm nhẹ nỗi lo trong tôi nhưng không khỏi làm tôi ngạc nhiên. Uyên giục:

"Kìa anh, bắt tay bố đi!"

Tôi bước tới một bước. Những ngón tay mập và mềm của ông siết chặt tay tôi.

"Thưa, bác vẫn khỏe?"

"Cám ơn cháu…" Ông cười không vui. Chỉ một thời gian ngắn không gặp mà tôi thấy ông như già sọm đi. Da mặt chùng, mắt sâu, tóc thưa hơn.

"Uyên vào trong xem me có cần gì không nhé! Bố và anh Thăng có chút việc riêng."

Ông Phan choàng vai tôi, đưa tôi trở lại phòng đọc sách hôm trước. Đèn thư viện sáng. Máy điều hòa lạnh. Trên tường vẫn bức tự họa của Van Gogh và bức vẽ hai diễn viên Kabuki của nhà danh họa Utamaro Kitagawa. Ông Phan ngồi xuống chiếc ghế bọc da và chỉ chiếc ghế đối diện cho tôi.

"Sáng nay cháu không bận gì chứ?"

"Thưa bác, trường vẫn còn đóng cửa."

"Tốt. Câu chuyện của chúng ta sẽ khá dài. À mà cháu dùng điểm tâm chưa?"

"Cám ơn bác, cháu vừa ăn xong!"

"Tốt! Vậy thì mình uống trà. Người ta vừa biếu tôi một gói Thiết Qua Âm chánh hiệu". Ông bấm chuông gọi người lấy trà. Xong ông quay sang tôi, tiếp: "Có mấy chuyện tôi muốn bàn với cháu ngay sáng hôm nay, bởi vì tôi sắp đi xa Sài gòn ít lâu."

"..."

"Cháu ngạc nhiên hả?"

"Thưa bác, đúng vậy! Cháu nghe người ta nói là bác vừa mới được mời đứng ra thành lập Nội Các mà!"

"Không. Đó chỉ là tin đồn thôi. Tình hình không đơn giản như người ta tưởng đâu. Những vụ xuống đường của sinh viên học sinh, biểu tình của các đoàn thể tôn giáo, các vụ đình công đang rục rịch ở Nhà Kiếng... kể cả việc Bắc Việt đưa quân ào ạt theo đường mòn Hồ Chí Minh vào tăng cường cho Mặt Trận của chúng cũng không lớn hơn cái hình ảnh của Phó Tổng Thống Mỹ, ông Richard N., đang đi thăm Vạn Lý Trường Thành. Cháu nghĩ sao khi Hoa Kỳ và Trung Cộng xích lại gần nhau?"

Ông Phan đã hỏi tôi một câu khó. Tôi là người luôn bị bạn bè kêu là ngu dốt về thời sự và chính trị. Tôi nói quanh:

"Thưa bác, cháu thiếu một cái nhìn bao quát về tình hình quốc tế. Cháu ít theo dõi những bài phân tích thời cuộc của các báo..."

"Nhưng theo hiểu biết của cháu, Mỹ và Tàu bắt tay nhau không gợi cho cháu một suy nghĩ nào sao?"

"Theo cháu -tôi ngập ngừng nói cầu may- cứ bằng vào tình hình này chắc Hoa Kỳ bỏ rơi Việt Nam quá!"

Ông Phan cười:

"Tôi đang có trong tay một số nhận định tương tự. Nhưng tôi không tin. Người Mỹ không bao giờ bỏ rơi Việt Nam."

"Thưa bác, như vậy phải chăng cuộc chiến Việt Nam vẫn cứ tiếp diễn. Và hòa bình không bao giờ có ở Đông Nam Á?"

"Không! Cái này thì tôi tin ngược lại. Chiến tranh sẽ chấm dứt ở Việt Nam, nhưng điều đó không có nghĩa là Đông Nam Á có hòa bình."

Ngừng một lát, ông Phan tiếp:

"Nhưng thôi để chuyện này qua một bên. Tôi biết là cháu không mấy lưu tâm, phải không? Năm 45 cháu mới 5 tuổi chứ gì? Năm 54 cháu vừa mười bốn phải không? Hạnh phúc cho những ai trong suốt cuộc đời chỉ biết có một lần chạy giặc!"

Ông Phan nhồi thuốc vào tẩu, châm lửa bập bập và thở khói.

"Có khi nào cháu nghĩ là người ta muốn cháu không tồn tại hay không?"

Câu hỏi của ông làm tôi giật mình. Làm gì có một chuyện kỳ quái như vậy? Tôi linh tính là đến gặp ông Phan hôm nay sẽ được nghe những điều không vui, nhưng tôi không hề nghĩ là sẽ có một điều khủng khiếp như vậy.

"Thưa bác..."

"Bình tĩnh nào! Cháu muốn biết "người ta" đó là ai phải không?

"Vâng, thưa bác..."

"Cháu có biết là cháu đang đụng vào một khối thép không?"

"Thưa bác, không. Cháu không hiểu!"

"Cháu có biết một người nào đó vừa là chủ nhà băng, vừa là chủ nhà máy sản xuất lưới B40, vừa là Tổng Giám Đốc Công ty Nhập cảng phim Hồng Kông..."

Ông nói chậm lại, ngón tay gõ nhịp lên bàn, ngó chăm vào mặt tôi:

"... Người đó là chủ nhân của một trương mục ở Ngân hàng Thụy Sĩ, và vừa mới đây đã mua xong một khu phố thương mãi ở quận 13 Paris???"

"A!" Tôi kêu lên. Tôi đã nhận ra con người ấy. Ông Phan cầm tẩu thuốc chỉ về phía tôi:

"Cháu hiểu ra chưa?"

"Thưa bác, cháu nhận ra nhưng cháu không hiểu."

Đúng. Tôi có đầy đủ lý do để nhận ra con người lẫy lừng đó. Ông là một nhân vật nổi danh trong giới tài phiệt, người có đến bốn mươi chín phần trăm cổ phần trong các công ty lớn của nhà nước. Tiếng nói của ông có sức nặng trên những quyết định của Bộ Kinh tế. Người ta nói không có cánh cửa nào của chính quyền còn được coi là kiên cố dưới sức gõ của bàn tay ông. Ông còn là một người hào phóng, phải nói là rất hào phóng. Một lần tình cờ theo ông vào nhà hàng Admiral ở đường Nguyễn Văn Thinh, tôi thấy những khách thanh lịch cổ cồn cà-vạt ở đây đều thân mật chào ông. Người chủ nhà đích thân lấy rượu ra cho ông không chờ ông gọi. Lúc ra về, ông nói với người chủ:

"Chầu rượu hôm nay tôi xin mời tất cả các bạn! Nhớ ghi sổ phần tôi! Xin chào!"

Nhưng đó không phải là lần duy nhất tôi thấy cách đãi rượu của ông. Cũng lạ, trả tiền rượu cho tất cả những người khác, bất kể lạ quen, ở một nhà hàng sang trong một buổi chiều tình cờ ghé ngang để uống một *consommation* cho đỡ lạt miệng! Người đó không phải ai xa lạ, chính là ông Lý, ông ngoại của các con tôi.

"Đáng lẽ tôi đã cho cháu biết tin này từ lần trước, nhưng lúc đó tôi thấy chưa cần. Bây giờ sắp phải đi xa, tôi buộc phải cho cháu rõ. Dù sao, cháu nên nhớ là làm mất lòng ông Lý là làm mất lòng nhiều người lắm đấy!"

Tôi biết điều đó. Thế nhưng không bao giờ tôi nghĩ rằng sự thể trầm trọng đến như vậy. Còn nhớ lần sau cùng đi uống rượu với ông ở Palace, ông vỗ vai tôi nói:

"Ba không muốn thấy chuyện lục đục của tụi con. Ba không muốn nghe đến chữ ly dị trong gia đình ba. Ba càng không muốn con là nguyên cáo đưa vợ ra tòa vì một tội mà không ai tha thứ được. Ba muốn hai đứa phải tiếp tục chung sống với nhau như một đôi đũa, cho dù sự thể có ra làm sao. Nhưng ba cũng biết tánh con hiền hậu mà liều lĩnh. Có thể con sẽ làm bậy. Vả lại, nếu đặt vào hoàn cảnh con, chắc ba cũng sẽ không thể xử sự khác. Ba chỉ xin con một điều: vì danh dự gia đình ba, vì tiếng tăm mà ba đã xây dựng được từ bao nhiêu năm nay trong chỗ làm ăn, con hãy rút đơn lại thay vào đó bằng tờ *Consentement mutuel* thì nó dễ cho ba hơn. Sau đó, con cần gì cứ cho ba biết. Con có muốn đi Pháp một chuyến để xả hơi không? Hay là để ba xin cho cái học bổng đi Mỹ. Ba muốn con bỏ quách cái nghề bán cháo phổi đi. Sao con không nghĩ đến chuyện học ngành Quản trị Xí nghiệp?"

Ông Lý là như vậy đó. Không việc gì là ông không làm được. Ông coi như rác rến những thứ mà người khác xem là vàng ngọc. Những mộng tưởng của người này khi vào tay ông sẽ rất nhanh trở thành hiện thực. Phải nói ông Lý là một người trên nhiều người. Nhưng tôi biết rõ, ông chỉ thành công ngoài đời.

Gia đình là một vố nặng đối với ông. Người nguyền rủa ông nhất là mẹ của các con tôi, và mỉa mai thay, người bênh vực ông luôn luôn là tôi. Nhưng điều này không có nghĩa là tôi thuộc phe ông và càng không phải là người được ông yêu. Mỗi lần ông hỏi tôi câu:

"Con cần gì?"

Câu trả lời luôn luôn là:

"Cám ơn ba, con có đủ!"

"Đủ gì? Thằng kiêu ngạo!"

Đối với ông Lý, đồng tiền là thước đo của mọi giá trị. Tiền giải quyết được tất cả. Theo ông, người giỏi không phải là người có học vị cao hay chức tước lớn. Người giỏi chính là người làm được nhiều tiền nhất, bất kể đồng tiền ấy do đâu có và đến từ đâu. (Con gái ông hoàn toàn giống ông ở mục này!). Tôi nhớ lúc bấy giờ để trả lời đề nghị của ông Lý về chuyện tòa án, tôi đã nói với ông là tôi rất cám ơn ông, nhưng tôi là người không có nhu cầu đi Pháp hay đi Mỹ. Tôi đã quá cái tuổi cắp sách đến trường, nên có học gì đi nữa thì chắc cũng không vô. Tôi nói:

"Con chỉ xin phép được nhắc ba một điều là lẽ phải trong câu chuyện tòa án không bao giờ đứng về phía con gái ba!"

"Ba hiểu! Ba hiểu! Ba cám ơn con! Dầu sao con vẫn là con của ba chớ?"

"Thưa ba, dầu sao con vẫn là con của ba!"

Tôi đã giữ lời hứa. Tờ Thuận Tình Ly Hôn được thảo ra, và chị ta, con gái ông Lý, xin ghi vào đó một vài điều khoản "hoàn toàn thiết thực do nhu cầu": Căn nhà có cây trứng cá cho chị nuôi con, chiếc xe Volswagen cho chị làm chân đi đây đi đó, tiền trong trương mục ngân hàng Chase Manhattan cho chị dùng sửa sang nhan sắc trong chuyến đi Nhật sắp tới. Nói chung, chị là người có nhiều nhu cầu. Như vậy cuộc chia tay của chúng tôi đã được mua bán theo một giá đặc biệt: tôi nhận tất cả mọi sự thua thiệt để có thể sớm xa lánh con người mà tôi ghê tởm. Bù lại, tôi thấy mình thanh thỏa tâm hồn vì đã dám khước từ được những đề nghị hấp dẫn của ông Lý.

Vậy thì tại sao có cớ sự này?

Điều tôi thực tình không hiểu là ở chỗ đó. Tôi nói hết với ông Phan câu chuyện của tôi. Ông kêu lên ngạc nhiên:

"Thật sao? Thật vậy sao?"

"Cháu xin thề với bác. Đó là tất cả sự thật."

Ông Phan cầm ngược tẩu thuốc úp xuống cái gạt tàn khẩy tro. Ông có vẻ nghĩ ngợi. Lúc đó tôi nghe tiếng gõ cửa. Người nhà ông Phan mang trà vào.

Bộ bình tích làm bằng đất nung, màu đỏ nâu láng bóng. Tất cả đều nhỏ nhắn như đồ chơi trẻ con. Ông Phan rót trà cho tôi:

"Cháu uống đi. Cà phê hoài là không tốt đâu!"

Khi người nhà ra, cửa phòng đã khép lại, tôi nói với ông Phan:

"Thưa bác, sao trên đời này có thể có một thứ quyền lực quái đản như vậy?"

Ông Phan hớp một ngụm trà.

"Đồng tiền ở đâu cũng vậy, luôn luôn là một quyền lực to nhất. Sức mạnh của nó là vô địch!"

"Thưa bác, thế còn lẽ phải? Không có lẽ phải làm sao có sức mạnh?"

Tôi nghe thấy giọng ông Phan cười:

"Ở đâu có sức mạnh, ở đó có lẽ phải!"

Tôi nhìn ông ngạc nhiên. Có vẻ như ông đang hỏi chính cái suy nghĩ của ông.

"Nhưng thưa bác, sức mạnh là cái nhất thời, còn lẽ phải là cái muôn thuở. Làm sao đem cái nhất thời so với cái muôn thuở được?"

"Cháu là người dễ xúc động, phải không? Chắc trong đầu cháu đang có cái ý nghĩ rằng là tôi chủ trương một quan điểm như vậy chứ gì? Không đâu! Cũng là của ông Lý, nhạc phụ của cháu đấy!..."

"Của ông Lý? Nhưng ông Lý thì làm sao mà ảnh hưởng đến bác được cơ chứ?"

Ông Phan lập lại từng tiếng câu nói của tôi. Sau cùng tôi nghe tiếng ông cười.

"Dù sao cháu nên nhớ điều này, cháu là con anh Thành, bạn chí cốt của tôi. Bao giờ tôi còn ngồi đây sẽ không ai đụng đến cháu được. Cho dù người đó là ông Lý. Điều quan trọng là cháu phải biết tự chế."

"Cám ơn bác. Cháu sẽ nhớ lời bác. Nhưng người ta muốn giải quyết cháu như thế nào?"

"Hồ sơ cháu, tôi có đọc. Người ta đưa ra khá nhiều biện pháp giải quyết vụ Trần Lâm Thăng. Hoặc chấm dứt tình trạng biệt phái của đương sự, trả về đơn vị gốc, chuyển ra Vùng Một Chiến Thuật, tùy nghi sử dụng. Hoặc, đổi đi dạy học ở một vùng xôi đậu. Đương sự có thể bị tai nạn xe đò lật, lạc đạn, hoặc Việt Cộng thủ tiêu. Hoặc, sẽ bị Bộ Giáo Dục truy tố về tội phỉ báng chương trình nhà nước. Đặc biệt đương sự đã nhiều lần rao giảng nơi công cộng chương trình Triết Việt Nam là một ăn cắp ngu xuẩn chương trình Triết của Pháp. Hoặc Bộ Nội Vụ sẽ đưa đương sự ra Tòa về việc tuyên truyền có lợi cho Cộng Sản trong khi giảng bài vì đã cổ võ cho chế độ vô thần: phá bỏ nhà tù, nhà thờ, nhà chùa thay vào đó là xây dựng trường học, vườn trẻ, bệnh viện. Hoặc... mà thôi, cháu biết là tôi thực tình quí mến cháu. Tôi chỉ có một đứa con duy nhất là Uyên. Tôi thèm có một đứa con trai... Người ta nhắn gửi tôi về cháu có nghĩa là người ta muốn tôi quên sự có mặt của cháu để cho các cấp dưới dễ làm việc. Nhưng người ta nhắn gửi tôi cũng có nghĩa là xin tôi đừng che chở cháu..."

Tôi lặng người trên ghế, bẻ gập từng ngón tay, nghe tiếng kêu của các khớp xương, buốt rợn. Ông Phan đã cho tôi rõ tất cả những gì mà lâu nay tôi không biết, mà tôi cũng không thể tưởng tượng nổi. Ông Lý như vậy đã giăng trước mặt và sau lưng tôi những hầm chông không cách nào thoát được. Ông Lý, người mà mấy phút trước tôi coi như một nhân vật thẳng thắn nhất, giờ đây đã không còn như thế nữa. Tôi vẫn còn nhớ như in cảnh tượng lần đầu gặp ông. Bữa cơm thường chào đón tôi trong biệt thự ở đường Lê Quí Đôn, với tôi như một đại yến. Cuối bữa, khi uống cà phê, ông nói với tôi thẳng thắn:

"Cậu là hình ảnh hoàn toàn đối nghịch với tôi thời mới lớn. Ở vào tuổi cậu, tôi đã biết đạp chân dưới đất, còn cậu bây giờ như người đi trên mây. Tôi biết tôi mê tiền và tôi đã hiểu cái giá để có nó, còn cậu, cậu dám coi thường đồng tiền, cho nên cậu chưa hiểu cái giá của nó. Cậu cả nể, hỏa hoãn, tôi thì khác, lịch sự nhưng quyết liệt, ai chơi tới đâu, tôi chơi tới đó... Nhưng tôi chấp nhận cậu. Trong nhà này có một người như tôi đủ rồi. Nếu cậu giống tôi quá thì có lẽ dư một người."

"Thưa bác", tôi nói với ông Phan, "thật tình cháu không hiểu nổi ông Lý. Giữa ông ta và cháu đã có quy ước và như vậy là ông là người phá bỏ quy ước trước."

"Đúng là cháu không hiểu ông Lý, và cháu sẽ không bao giờ hiểu được ông Lý. Bởi vì người có ảnh hưởng đến ông Lý nhất hiện nay là vợ cháu chứ không ai khác. Mọi cố gắng tìm cách bôi lọ cháu trước dư luận và mọi nỗ lực nhằm chấm dứt đời cháu là người đàn bà ấy chứ không phải ông Lý. Nhưng để làm được chuyện ấy vợ cháu không có phương tiện nào tối tân hơn là qua trung gian ông Lý…"

"…"

"Nhưng thôi, điều cháu cần biết tôi đã cho biết. Vấn đề còn lại là cháu phải đối phó như thế nào khi tôi không có mặt ở đây!"

Ông Phan đặt tẩu thuốc xuống bàn, nhấc chiếc kính lão ra, nắm hai chân gọng chà xát lên mặt vải áo. Tôi thấy đôi mắt ông có vẻ húp lên và dại ra. Trông ông lúc này giống như một công chức già về hưu đang răn dạy đứa con ngỗ nghịch là tôi.

"Như đã nói với cháu lúc nãy, tôi sắp phải đi xa ít lâu. Sự vắng mặt của tôi có thể mang đến phiền lụy cho cháu. Mặc dù tôi đã gửi gắm cháu cho những người có trách nhiệm, tôi vẫn không an tâm."

Ngừng một phút, đeo kính vào mắt, ông Phan tiếp:

"Tôi sẽ không hỏi cháu lý do vì sao phải ly dị, nhưng tôi có thể biết được vụ tòa án của cháu tới đâu rồi chứ?"

"Thưa bác, cám ơn bác, theo luật sư của cháu thì đầu tháng tới sẽ hoàn tất. Cháu sẽ nhận một Bản Đại Tự của tòa."

"Còn vấn đề con cái?"

"Trong tờ Thuận Tình Ly Hôn, người mẹ đồng ý để cháu giữ bé trai và mẹ nó giữ bé gái. Nhưng theo luật sư của cháu thì vì bé trai còn quá nhỏ nên có thể tòa sẽ quyết định để mẹ nó trông coi một thời gian."

"Không. Ý tôi muốn hỏi là con cái sẽ ra sao nếu cha mẹ chúng ly dị?"

"Thưa bác, cháu hiểu rằng sự chia rẽ của cha mẹ sẽ để lại trong tâm hồn con cái một vết thương khó cứu chữa. Nhưng biết làm sao! Ở giữa hai điều xấu mà con người phải chọn, cháu đành chọn điều ít xấu hơn."

"Nghĩa là làm sao?"

"Thưa bác, vấn đề con cái là mối bận tâm của cháu trong suốt thời gian qua. Cháu nghĩ thà con cái chỉ sống với cha hoặc chỉ với mẹ, còn hơn là sống đầy đủ mà mỗi ngày phải chứng kiến cái thảm kịch đổ vỡ tồi tệ của cha mẹ chúng."

"Không còn cách nào khác sao?"

"Thưa bác, thật tình là cháu thấy không còn cách nào khác!"

Ông Phan chống tay lên trán, ngón giữa miết lấy những đường nhăn của thời gian. Mãi một lúc sau, ông ngẩng mặt lên:

"Tôi không biết làm sao! Mỗi người trong hoàn cảnh mình có nỗi khổ riêng, bởi vì không ai có thể sống thay cho cuộc sống của người khác. Nhưng tôi hy vọng là cháu sáng suốt trong quyết định của mình. Trên đời này có những việc mà khi đã làm hỏng một lần rất khó mà bắt đầu lại được... À, mà năm nay cháu bao nhiêu tuổi nhỉ?"

"Thưa bác, cháu đã ba mươi ba."

Ông Phan đặt tẩu thuốc xuống bàn, uống một ngụm nước trà, rồi bấm đốt ngón tay, lẩm bẩm:

"Ba mươi ba! Tuổi Thìn. Canh Thìn. Canh cô mồ quả. Bị sao La Hầu chiếu. Suốt năm còn nhiều vất vả. Tai nạn. Tù tội. Và tai tiếng. Năm đại hạn! Xấu lắm! Xấu lắm!"

"Bác tin vào số mệnh?" Tôi hỏi, ngạc nhiên.

"Tôi tin tử vi. Tôi tin con người ta ai cũng có số cả. Hồi còn trẻ như cháu, tôi có coi trời đất ra gì đâu. Nhưng bây giờ trải qua bao cuộc bể dâu, tôi nghiệm ra cái lẽ biến dịch của thiên địa..."

Tôi xếp hai tay, dựa cùi chỏ lên đùi, mắt ngó xuống mũi giầy lắng nghe. Bỗng nhiên tôi cảm thấy ông Phan ngừng giữa câu nói. Tôi đưa mắt nhìn ông. Ông Phan đang ngó chăm vào bức Tự Họa của Van Gogh.

"Thưa bác!" Tôi rụt rè gọi ông.

"Sao? Cháu nói gì?" Ông quay lại hỏi.

"Thưa bác, cháu vẫn nghĩ số mệnh của mỗi người là do chính người ấy tạo nên hơn là do một quyền lực thần bí chi phối."

"Thế tình trạng của cháu bây giờ, nếu không phải do định mệnh an bài thì là do cháu gây ra à?"

"Thưa bác, cháu nghĩ mọi sự đối với cháu cũng là do cháu thôi. Chính cái quyết định lấy con gái ông Lý của cháu đã dẫn cháu đến ngày hôm nay. Có ai bắt cháu phải lấy người đàn bà này đâu?

Ông Phan cười, chậm rãi:

"Chính cái quyết định của cháu là một quyết định có tính cách định mệnh. Nhưng tôi, chúng ta sẽ trở lại câu chuyện này vào một dịp khác. Tôi muốn dặn cháu đôi điều trước khi ra đi."

"Nhưng thưa bác, chẳng lẽ bác ra đi trong tình trạng hãy còn hỗn loạn như thế này sao?"

"Không có tình trạng hỗn loạn nào mà đằng sau nó không có những động cơ thúc đẩy. Nắm được những động cơ ấy thì muốn chấm dứt lúc nào mà chả được! Vả lại, đôi khi cũng cần phải biết nuôi dưỡng sự hỗn loạn ấy. Chỉ sợ, như cách nói của Paul Valery người phù thủy tạo ra âm binh có khi lại bị chính cái đám âm binh ấy quật lại thôi!"

"Thế bác có sợ đám âm binh ấy không?"

"Chỉ những tay không bản lĩnh mới có thứ tâm lý sợ hãi kiểu đó!"

"Thưa bác, nói bác tha lỗi cho, bác lo sợ điều gì?"

"Hội nghị Saint Cloud đang có những bất lợi cho ta."

"Bác tìm kiếm gì trong chuyến đi này?"

"Tôi muốn xem bài toán cộng giữa Mỹ và Tàu. Tôi muốn cân lượng lại tầm mức trách nhiệm lương tâm Hoa Kỳ ở Việt Nam theo cách của tôi."

"..."

"Tôi sẽ cho Hoa Thịnh Đốn biết Sài gòn cần gì và không cần gì. Một quân lực mạnh. Một nền kinh tế không què quặt. Một guồng máy hành chánh hữu hiệu. Tôi muốn dân chúng có mức sinh hoạt cao. Hàng rào y tế và điện lực sẽ đến được những làng mạc xa xôi và hẻo lánh nhất. Tôi muốn tiếng nói của Sài gòn phải vang lên tại tòa nhà Quốc Hội ở thủ đô Hoa Kỳ. Tóm lại, tôi muốn biết Hoa Thịnh Đốn sẽ tiếp tục viện trợ cho ta đến mức nào và trong bao lâu..."

"Nghĩa là..."

Ông Phan không tiếp lời tôi. Ông đứng dậy đến tủ rượu lấy chai Hennessy và hai cái cốc.

"Trà nhạt rồi. Mình uống chút này cho ấm bụng, cháu!"

Tôi nâng cốc. Mùi rượu bay lên mũi, tôi nhớ đến cha tôi. Tôi vẫn không hiểu tại sao cha tôi lại tự giết mình bằng thứ nước cay độc này. Ông không nói gì với con cái chuyện đời ông, ngay cả với người anh lớn tôi, người mà tôi hết lòng quí trọng và thương mến. Ở binh chủng Biệt Động Quân, anh được coi là một trong những sĩ quan ưu tú và gan lì nhất. Với bạn bè anh luôn là một người tình nghĩa. Có lần hy sinh hai ngày phép hiếm hoi, anh cùng một trung sĩ, trên chiếc Jeep, đã dám rời thành phố Nha Trang trong đêm, qua đèo Rù Rì rồi đèo Rọ Tượng, không dừng chân ở trạm Ninh Hòa, đi một mạch qua M'Rak, thẳng đến Buôn Mê Thuột, chỉ để thăm một người bạn thân vừa bị thương nặng trong một trận đụng độ với bộ đội Bắc Việt. Anh là người thừa hưởng được tính gan lì của cha tôi, nhưng rượu chè thì anh nhất định không đụng tới. Còn tôi, không có chút gì giống anh và cha. Chỉ uống được vài hớp rượu nhưng dư thừa sự hèn nhát. Có lẽ chúng tôi không ai hội đủ những đặc tính của cha nên cha tôi không buồn gần gũi chúng tôi.

Tôi thấy ông Phan nhấp một ngụm rượu:

"Cháu Thăng!" Ông hắng giọng: "Tôi có một đề nghị. Chuyến đi của tôi, trong trực giác mà tôi có, lẫn trong những phân tích mà tôi có thể suy được, là một chuyến đi vào xứ Thục. Tôi sẽ không yên tâm khi thấy cháu vẫn cứ loanh quanh ở cái phòng trọ chật chội hôi hám trong cư xá Đô Thành. Ở đó không an ninh đâu. Nội nhật ngày mai, ngay sau khi tôi lên đường, cháu nên dọn về đây. Cháu thử tự nhốt mình một thời gian trong nhà này cho đến ngày tôi về xem sao. Tôi mong là cháu hiểu nhiều hơn những gì tôi nói!"

"..."

Ông Phan đứng dậy, đưa tay cho tôi bắt. Vẫn những ngón tròn và mập. Vẫn lòng bàn tay ướt rịn mồ hôi. Tôi cầm tay ông mà vẫn không hiểu gì cả.

Ra khỏi tiểu thư viện, tôi quay lại nhìn ông lần cuối, tôi thấy ông đang lặng yên, tay chắp sau lưng nhìn bức Tự Họa của Van Gogh.

Ngoài đường nhựa, nắng Sài gòn dữ dội, nhưng tôi có cảm tưởng như cái nắng ấy là không có thật.

Tôi sẽ dọn nhà chớ?

Chương 9

"Thế nào, lạ chỗ cháu có ngủ được không?"

Bà Phan ngồi đúng vào cái ghế bà đã ngồi hôm trước. Bên trái là Uyên đang loay hoay với cái lọc cà phê phin chưa chịu nhỏ một giọt nào.

"Cám ơn bác. Cháu ngủ không biết trời trăng gì hết!"

Uyên đẩy ly cà phê về phía tôi, cười:

"Hôm qua anh về đến nhà đã say khướt thì làm sao còn biết trời trăng gì?"

Tôi say ư? Tôi thật tình không rõ lắm. Sau khi dọn về nhà ông Phan tôi ngồi suốt buổi với Ký, Nghĩa, và Lộc ở Chợ Đủi? Tôi uống khá nhiều. Lần đầu tiên tôi làm được một lúc tám chai 33. Tuy vậy còn lâu tôi mới theo kịp Ký. Anh ấy uống thoải mái, từ tốn, thong thả. Hết chai này rót chai khác, không nhanh hơn, không chậm hơn. Đối với anh, thơ và tình yêu mới là đời sống. Rượu chẳng qua chỉ là men cay để cuộc đời còn chút ý nghĩa. Anh nói vậy nhưng không có rượu anh rất khổ sở. Tôi không nhớ mình đã nói gì trong bữa nhậu, tôi chỉ biết rượu và là tôi buồn ngủ. Tôi đã ngủ ở quán hồi nào và ai là người đưa tôi về, tôi không nhớ.

Tôi thấy bà Phan nhìn chăm vào mắt tôi.

"Cháu không nên uống nhiều. Rượu không tốt đâu!" Và bà đưa cho tôi mấy tờ báo phát hành chiều qua.

"Cháu đọc tin trang nhất này. Ông nhà tôi vừa mới đi buổi sáng, âm thầm và bí mật như vậy mà buổi chiều báo chí đã loan tin và có ảnh ngay. Khiếp thật!"

Tôi nhấc riêng từng tờ, liếc qua những bài tám cột. Quả thật là tin ông Phan đi Mỹ chiếm hàng đầu trên các trang nhất. Tờ nào cũng đưa bản tin và bình luận na ná như nhau? Tại sao ông Phan ra đi? Sự vắng mặt của ông trong tình thế này có nghĩa gì? Thông điệp nào ông mang theo trong chuyến đi đầy khó khăn kia? Trên tờ Sóng Thần, ngoài bản tin là bức ảnh chụp ông Phan đang nâng ly nói chuyện với viên Tổng Lãnh Sự người Pháp trong một buổi tiếp tân của Tòa Đại Sứ Hoa Kỳ. Tôi thấy đôi mắt nhỏ của ông Phan dưới lớp kính trắng nhíu lại, gò má hóp nhô xương. Tôi nhận ra đúng cái vẻ mặt ông mà tôi đã thấy trong buổi nói chuyện sáng ngày hôm kia. Đó là một khuôn mặt ưu tư, trầm ngâm và hoài nghi.

"Thưa bác, chuyến đi của bác trai sẽ kéo dài trong bao lâu?"

"Ông nhà tôi dự trù hai tuần. Trên đường về sẽ ghé Paris đôi ngày thăm một vài bạn chiến đấu cũ của ông hiện là nghị sĩ trong Quốc Hội Pháp."

"Bác có thể cho cháu hỏi một câu tò mò?"

"Cháu tự nhiên!"

Bà Phan ngừng khuấy ly nước cam, nhìn tôi chờ đợi.

"Cháu không hiểu bác có cảm tưởng gì khi làm vợ một chính khách như bác trai?"

"Cảm tưởng à?" Bà không nhìn tôi, mắt ngó vào khoảng không, bàn tay cầm thìa bất động. "Một người đàn ông nhiều tham vọng chính trị sẽ rất ít tình yêu cho gia đình!" Ngưng lại một giây, bà nhìn mắt tôi, tiếp "Không, ý bác muốn nói thế này, người đàn ông có tham vọng, bất luận là loại tham vọng nào, đều dành cho vợ con một chỗ rất nhỏ trong trái tim họ. Cháu thấy sao?"

Tôi hỏi bà, nhưng chính bà đặt ngược lại tôi. Tôi có phải là người đàn ông nhiều tham vọng không? Không, tôi chỉ là một người đi trên mây. Trái tim tôi bao giờ cũng có thừa chỗ cho tình yêu gia đình, nhưng gia đình thì hình như không có chỗ nào dành cho tình yêu tôi.

Thấy tôi ngần ngừ, Uyên vừa đưa kem tươi cho vào cà phê tôi vừa nói:

"Thưa me, con nghĩ anh Thăng phải là một người tham vọng", và quay sang tôi, cô nói "anh uống xem có phải cà phê Uyên pha ngon hơn cà phê của mấy cái quán anh vẫn đến không?"

"Sao cô biết tôi là một người tham vọng? Tôi hỏi.

"Còn sao nữa! Chính anh nói mà!" Đôi mắt Uyên tinh nghịch.

"Khó hiểu! Thật là khó hiểu!" Tôi bẻ một miếng bánh có bôi bơ lạt cho vào miệng.

"Cháu đừng quan tâm cách nói năng của Uyên. Nó là chúa bốc đồng đấy!" Bà Phan cầm chiếc khăn ăn thấm thấm môi.

"Thưa me, me đừng bênh anh Thăng. Chính anh ấy nói thật mà!"

"Hồi nào, ở đâu?" Tôi đùa.

"Anh có thể quên, nhưng Uyên có trí nhớ rất tốt. Cuộc đời một thiếu nữ khởi đầu bằng tình yêu và chấm dứt bằng hôn nhân. Còn cuộc đời của một thanh niên khởi đầu bằng tình yêu nhưng chấm dứt bằng một tham vọng." Nếu Uyên không lầm, chính anh đã nói câu này trong một lớp tối, cách đây chừng bốn tháng!"

Đúng là Uyên có một trí nhớ rất tốt. Nhưng đó không phải là câu nói của tôi. May sao bà Phan cắt ngang:

"Uống cà phê đi cháu. Cháu còn thiếu thứ gì cho bác biết nhé!"

"Cám ơn bác, cháu đã đủ".

Bà quay sang con gái:

"Uyên nhớ lo cho anh Thăng những gì anh ấy cần! Con có để ý mấy cái cúc áo anh ấy không? Gớm dạy học gì mà áo nào cũng đứt một nút ở cổ!"

"Mẹ không phải đơm cúc áo cho anh ấy, con thấy lúc nào anh ấy cũng để áo hở cổ mà?" Bà Phan phì cười.

"Còn sách báo? Cháu đọc gì mà lắm thế?"

Quả là như vậy, đồ đạc tôi đâu có gì ngoài mấy cuốn sách. Quần áo không quá bộ thứ ba. Giầy một đôi. Dép một cặp. Hình như thời còn đi học tôi khá hơn bây giờ nhiều. Uyên kêu than vì đống báo tôi cứ phải bê xuống bê lên cầu thang không biết bao nhiêu bận. Khi đã cho tất cả vào thùng xe, Uyên nói.

"Thế mà cũng gọi là dọn nhà đấy! Nhà có gì đâu mà dọn. Chỉ là dọn sách báo thôi. Để Uyên mở một hàng sách nhé!"

Chú Tư tài xế nhắc:

"Còn bức tranh vẽ cô Uyên trên tường?"

Suýt nữa tôi quên. Bức tranh ấy Quỳnh dặn tôi nhớ mang theo. Sáng hôm sau ở nhà ông Phan ra, tôi đã đến gặp Quỳnh ở sở làm. Tôi kể lại cho cô nghe những gì ông Phan đã cho tôi biết. Quỳnh hơi mỉm cười không mấy tin một câu chuyện như thế. Cô nói:

"Tiểu thuyết quá! Nhưng -Quỳnh tiếp- anh cũng không nên coi thường. Ông Phan là cây dù của anh trong lúc mưa to gió lớn thế này. Đến ở hẳn trong nhà ông, theo em, không phải là một giải pháp toàn hảo, nhưng cứ nghĩ đến sự an toàn của anh, em xin anh cứ tạm thời là như thế!"

Quỳnh không hề nhắc đến Uyên, người mà cô biết chắc là tôi sẽ phải giáp mặt hằng ngày dưới một mái nhà. Quỳnh nói lần này cô sẽ không dọn nhà giúp như mấy lần trước, nhưng "đừng quên mang theo bức tranh của em, có nó anh sẽ nhớ em!"

Căn phòng bà Phan dọn cho tôi khá rộng, thoáng. Cửa kính trong suốt, màn vải dầy màu kem, máy điều hòa không khí mát lạnh. Một kệ sách bằng gỗ cẩm lai đẹp và nhã. Bàn viết lớn, ghế xoay. Giường trải ra trắng tinh, nệm, gối chăn đều mới. Một dàn máy nghe nhạc tối tân, một chồng dĩa mới nhất. Một ngọn đèn đọc sách trên bàn ngủ cạnh đầu giường. Cửa sổ chỗ đầu nằm mở ra một lối đi trải sỏi và cây mận lớn chùi nhánh lá qua mấy chấn song.

"Một con mọt sách đáng ghét!" Uyên kêu lên.

"Uyên! Để im cho me nói chuyện với anh Thăng." Rồi quay sang tôi, bà tiếp:

"Có cháu ở đây tự nhiên tôi cảm thấy nhà cửa khác hẳn ra. Tôi có cảm tưởng như mình vừa có thêm một đứa con trai!"

"Cám ơn bác!" Bà Phan làm tôi cảm động thật sự.

"Này nghe tôi dặn, có đi chơi đâu nhớ trưa về ăn cơm nhé!"

"Thưa bác, có lẽ cháu sẽ về muộn. Xin bác cho phép cháu tự nhiên!"

"Cẩn thận nhé, ông nhà tôi trước khi đi có nhắc là đừng để cháu ra ngoài nhiều!"

"Cám ơn bác, nhất định cháu sẽ không về khuya!"

Tôi đứng dậy sau khi đã uống hớp cà phê cuối cùng.

"Xin phép bác!"

"Kìa, anh Thăng! Anh đi đâu vậy?" Uyên kêu lên, mắt nhìn tôi dò hỏi.

"Tôi có chút chuyện."

"Uyên đi theo được không?" Cô hỏi tôi nhưng mặt quay về phía bà Phan.

"Uyên!" Bà Phan nghiêm khắc. Nhưng khi thấy con gái xịu mặt, bà tiếp giọng dịu lại "Con gọi chú Tư đánh xe đưa anh Thăng ra phố, nhân tiện con ghé bác Phán trả hộ me chiếc vòng cẩm thạch nhé!"

"Vâng, thưa me!" Giọng Uyên vui hẳn lên "Đi, anh!" Cô nắm tay tôi lắc lắc thúc giục. Tôi chần chừ.

"Thưa bác, xin cám ơn bác. Nhưng cháu lung tung lắm. Để cháu đi cái Lambretta của cháu cho tiện!"

"Cháu ngại à? Ừ, thì tùy cháu!"

Bà Phan đẩy ly nước cam qua một bên, mở trang trong của tờ báo, cúi xuống đọc chăm chú.

Uyên theo tôi xuống sân. Khi tôi vừa cho máy nổ, cô đã ngồi sau yên, tay đặt lên vai tôi:

"Sao anh hấp tấp vậy? Sợ trễ hẹn hả?"

"Hẹn ai?"

"Làm sao Uyên biết được. Nhưng Uyên theo được không?"

"Sao không? Nhưng cô muốn đi đâu?"

"Anh đi đâu Uyên theo đó."

Tôi cho xe chạy qua Phan Đình Phùng, đường mát dưới bóng cây. Một chiếc xe nhà binh vút qua bay lên những tiếng hát trầm hùng. Tôi vòng xuống Nhà Thờ Đức Bà, dừng xe trước cửa Bưu Điện mua một gói thuốc lá. Tôi phóng nhanh, Uyên ôm chặt tôi cười khúc khích nhột ở cổ.

"Cười gì vậy?"

"Đừng dọa Uyên. Uyên không sợ tốc độ đâu!"

Tôi cho xe chạy nhanh hơn, bỏ đường Duy Tân, phóng như bay trên những con lộ vắng. Đường Gia Long với vòm me lá xanh mướt chạy dài đến cuối là nhà thờ Saint Paul gợi ta cái cảm giác đang đi trên một hành lang. Đường Nguyễn Du có trường Quốc Gia Âm Nhạc tắm nắng dưới những hàng cây cao ngó xéo bên phải là tòa đại sứ Nam Hàn. Đường Lê Quý Đôn với những ngôi biệt thự xinh xắn, mái ngói đỏ, vườn cây xanh, sân trải sỏi.

Ở một ngã tư, đang chạy tôi chợt giật mình, đèn đỏ bất ngờ, tôi đạp chân thắng gấp. Uyên ôm chầm lấy tôi.

"Chết khiếp! Anh chạy ẩu quá trời!"

"Sợ hả?"

"Không bao giờ!"

Uyên ôm chầm tôi, những ngón tay cô bấu trên vai tôi.

Đèn xanh. Tôi lượn lại một vòng Nhà Thờ Đức Bà. Nắng lóa mặt đồng hồ trên cao. Đường Tự Do mát, hẹp và nắng. Đến quán Cái Chùa, tôi chậm chậm, Uyên thúc hông kêu chạy tiếp. Tới Givral tôi rề rề.

"Thôi anh, Uyên không vào đâu, bạn anh ông nào ông nấy dễ sợ thấy mồ!"

"Vậy muốn đi đâu?"

"Hoàng Gia!"

"Cô ghiền trà Hoàng Cúc à? Không sợ lựu đạn cay sao?"

"Sao? Chứ anh không thích trà Hoàng Cúc sao?"

"Thôi. Hay là mình đi về đi?"

"Về làm chi?"

Uyên nhổm người lên nói sát vào tai tôi.

"Ông mát rồi, ông ơi!"

Đến đầu đường Nguyễn Huệ, tôi tấp vào một quán bán hoa.

"Một chục bông hồng cho người tên Uyên!"

"Cho Uyên?" Cô ngạc nhiên.

"Chưa bao giờ nhận hoa của đàn ông tặng à?'

"Chưa bao giờ!"

"Thật không?"

"Thật một trăm phần trăm!"

"Vậy tập nhận một lần cho quen!"

"Cám ơn anh. Rồi sao nữa anh?"

Uyên hỏi khi tôi đã cho xe chạy.

"Về nhà!"

Tôi nhớ Quỳnh. Tôi hình dung cô đang ngồi trong sở giữa những giấy tờ và lịch chuyến bay của hãng. Phía sau lưng Quỳnh, chiếm trọn tấm vách là tấm bản đồ lớn với chi chit những đường bay của hãng CAL đến các thủ đô trên thế giới. Bàn đối diện Quỳnh là Châu Khả Tú. Cô bé người Hoa này là một đồng nghiệp rất gần gũi Quỳnh. Cô hiểu mối liên hệ giữa Quỳnh và tôi. Và chúng tôi cũng biết đôi điều về cô Tú. Cô xinh đẹp, nói tiếng Anh giỏi, tế nhị và khả ái. Tôi thường gọi cô là Miêu Khả Tú, tên một diễn viên điện ảnh Tàu đang ăn khách. Cô yêu Trí, một thanh niên Việt Nam, nhưng ba cô, một thương gia có máu mặt ở Chợ Lớn, cực lực phản đối. Ông kéo cả gia đình đứng về phía ông. Anh chị của Tú và các đứa em cô đều phản đối mối tình Hoa-Việt kia. Trí nhà nghèo, tính bộc trực, học giỏi. Anh không chịu được phong cách chủng tộc của ông cụ nhà Tú, nên không bao giờ anh đến thăm gia đình người yêu. Cả hai chỉ gặp nhau ở các quán nước và đôi khi đi ăn cơm với chúng tôi. Chính sáng hôm qua khi nghe tôi nói chuyện đổi chỗ ở, Tú tỏ vẻ không đồng ý. Cô nói với Quỳnh, chị coi chừng anh ấy sẽ vào bẫy bà Uyên. Quỳnh đã cười nói "Em biết anh Thăng đa cảm, nhưng em tin, rất tin anh ấy!" Khi Quỳnh hỏi tôi cần gì để cô lo, tôi đã trả lời "Cần em! Rất cần em!" thì Quỳnh ngó chăm xuống tấm bản đồ đường bay trên mặt bàn. Mãi một lúc sau cô ngửa mặt lên "Nhưng anh đâu để em lo cho anh!" Quỳnh cười, chiếc răng khểnh làm tôi bối rối. Tôi nhớ Quỳnh. Tôi nhớ mái tóc cơ thơm mùi cỏ của dầu gội đầu, nhớ mùi da thịt lôi cuốn, nhớ mắt long lanh tình ái khi hai chúng tôi gần nhau, nhớ giọng bướng bỉnh, nhớ tiếng kêu ư ư trong cổ họng...

Tôi nằm yên trên giường trong căn phòng sáng sủa tiện nghi. Tôi nhìn bức tranh của Quỳnh trên vách. Tôi ngó ra cửa sổ, cành mận len qua chấn song. Có phải tôi là người tù sung sướng trong một chiếc pháo đài mà không viên đạn nào có thể xuyên qua? Hay tôi là người tự do đi tìm quyền lực? Liệu có phải vì Uyên mà tôi đến đây? Hay chỉ là cái cớ để tìm lại dấu vết của cha tôi.

Ngày đầu tiên của một người đi trên mây trong căn nhà quyền thế sao mà thừa mứa thời gian và trống rỗng đầu óc đến thế!

Chương 10

Suốt một tuần lễ, tôi tự nhốt mình trong ngôi biệt thự ông Phan, không gặp ai cũng chẳng liên lạc với ai, ngoài một lần gọi dây nói cho Quỳnh.

Tôi nằm khềnh trên giường đọc sách, xem Tivi, nghe nhạc. Báo mới thì Uyên mang cho tôi mỗi ngày, không thiếu một tờ nào. Những biến động chính trị và quân sự trong nước vẫn chiếm hàng đầu trên các trang nhất. Chuyến đi của ông Phan có vẻ như bị chìm trong những tin thời sự nóng bỏng khác. Thế nhưng, sáng hôm nay, tờ Chính Luận chạy ở trang nhất một bài phân tích về chuyến đi Hoa Kỳ của ông Phan. Dưới tựa đề "Rạn Nứt Trong Hội Đồng Nội Các", tay bỉnh bút của Chính Luận cho rằng sự sắp xếp để ông Phan ra đi như là cách tống khứ một nhân vật mà các phe đang gầm ghè nhau để giành quyền chiếm chiếc ghế cao nhất trong Chính phủ.

Tôi vốn không mấy chú tâm đến những bài lập trường thời sự, nhưng lần này sự hiện diện của ông Phan những giòng chữ đó khiến tôi không thể không suy nghĩ. Bài viết cũng cho biết những tay "lobbyist" của Việt Nam đã không tranh thủ được các nghị sĩ và dân biểu quốc hội Hoa Kỳ. Tôi không nắm bắt được ý nghĩa của những tiếng lóng thời sự chính trị. Hậu trường của những bang giao quốc tế đối với tôi lại càng mù mịt hơn. Tôi chỉ là kẻ đứng bên lề thời cuộc, luôn bị dị ứng với những tin tức loại này. Tôi lớn lên trong chiến tranh, lạc gia đình lúc năm tuổi. Khi quả lựu đạn nội hóa nổ trước sân nhà, mẹ đi chợ xa chưa về, còn cha tôi thì vẫn còn biệt tích mù khơi theo chuyến phiêu lưu của đời ông. Một người đàn bà thấy tôi hoảng hốt đã lôi tôi đi để che chở. Tôi mất liên lạc với mẹ tôi từ ấy. Những gia đình lạ hoặc chia nhau nuôi tôi. Tôi sống từ nhà này sang nhà nọ, từ làng quê này sang làng quê khác. Tôi có nhiều cha nhiều mẹ nhiều anh em. Nhưng cha mẹ thật của tôi thì hoàn toàn không ở cùng tôi. Những người lính Nam Tiến của bộ đội Nam Long nuôi tôi trong rừng. Tôi được các cô các chú sinh viên Hà Nội dạy những bài hát Phạm Duy, Văn Cao, Phan Huỳnh Điểu... Tôi được nghe ngâm thơ Nguyễn Đình Thi, Hoàng Cầm, Yên Thao, Hữu Loan... Rồi sau một trận đụng độ giữa Pháp và Việt Minh, tôi bị một tiểu đoàn Lê Dương bắt. Một người Lê Dương già, chuyên viên vũ khí trong tiểu đoàn Commando, nhận tôi làm con nuôi. Tuy cấp bậc Thượng sĩ, nhưng với huy chương Sông Rhin, ông được cả tiểu đoàn kính nể và vẫn gọi là "papa Chopin", có lẽ vì ông là người ưa thích nhạc Chopin, mặc dù tên thật của ông là Max Kaltenmark, gốc Áo. Vào Lê Dương ông là người không gia đình, không tổ quốc. Ông lo cho tôi như một người cha ruột lo cho con. Cái hình ảnh một đứa bé Á châu chân tay đầy những nốt đỏ ghẻ chốc ngồi trên vai một người Âu châu cao lớn râu tóc rậm rạp trắng xóa đi giữa đường phố Catinat của Sài Gòn không bao giờ phai mờ trong trí tôi. Tôi gọi ông là papa, và vì người ta quí ông, tôi cũng được hưởng lây sự chăm sóc ấy của cả tiểu đoàn. Gần năm năm sau ngày lạc gia đình, mẹ tôi mới tìm ra được tung tích con. Bà được một người làm thông ngôn dẫn đến tận tiểu đoàn, trình giấy khai sinh và xin đón tôi. Ngày chia tay, papa ôm tôi thật chặt, nước mắt trên gò má bệu đầy những nốt tàn nhang màu nâu của ông.

Tôi nhớ lại lúc đó tôi đã khóc, khóc dữ lắm. Trước hết là mừng gặp mẹ và kế đó là buồn vì phải xa người cha nuôi. Sau đó bặt đi một thời gian lâu lắm, tôi không được tin tức gì về papa. Mãi đến năm 1955, tôi mới nhận được thư của một người gửi từ Pháp, báo tin papa tôi, ông Max Kaltenmark đã qua đời trong trận Điện Biên Phủ. Người viết ký tên là Thiếu tá Henri Duval. Ông nói rằng cuộc chiến tranh Việt Nam đã cướp đi của ông một người bạn tốt mà suốt đời ông không thể nào quên. Ông Kaltenmark là người đã cứu ông thoát chết trong một trận cận chiến dưới hào. Và cái giá của sự sống ông Duval được trả bằng cái chết của papa Chopin. Ông hỏi tôi cần thứ gì trong khả năng ông, ông sẽ thỏa mãn tôi đúng thứ đó. Bây giờ ông là người thay papa tôi và ông có trách nhiệm với tôi như lời hứa của ông với người quá cố. Tôi giữ tấm thẻ bài của papa Chopin nhưng tôi không trả lời ông Duval. Cuộc chiến đó đã đi vào quá khứ lịch sử của hai dân tộc. Đất nước chúng tôi đang làm một cuộc chiến khác, tàn bạo hơn, đẫm máu hơn, bi đát hơn. Hiện tại bao giờ cũng hơn dĩ vãng và kém thua tương lai kể cả cái tốt lẫn cái xấu. Chính trong những năm tháng sống với papa Chopin tôi đã theo chân tiểu đoàn Biệt Động di chuyển khắp nơi. Chiến tranh thật là ghê tởm. Nó làm khổ người sống đã đành, người chết cũng không được nó để yên thân. Tôi nghĩ sự rơi rụng của một chiếc lá đôi khi còn có thể hiểu được hơn là cái chết của một người dân vô tội.

Tôi là kẻ đứng bên lề thời cuộc, điều đó đâu có nghĩa tôi là người đứng bên ngoài vận mệnh của đất nước tôi. Các anh tôi, người Không quân, người Biệt động quân. Các em gái tôi đứa làm cô giáo, đứa nữ quân nhân. Nhưng gia đình tôi, tất cả mười hai anh em, đôi người chết bên kia, vài kẻ chết bên này. Tôi là người lính biệt phái chưa ra trận mạc nhưng tai đã nghe tiếng đại bác, mũi đã ngửi mùi thuốc súng, mắt đã thấy máu chảy, đã chứng kiến cái chết... khi mới vừa lên sáu. Làm sao tôi có thể đặt mình ở một cõi riêng mà không thấy được những hệ lụy ấy ngay trong chính gia đình mình.

Tôi ghê tởm chiến tranh. Tôi sợ hãi chính trị. Tôi chỉ là con đà điểu chôn đầu dưới cát trốn sự thực, nhưng sự thực không bao giờ tha tôi. Nhà ông Phan cũng đâu phải pháo đài. Nếu người ta muốn hại tôi, tôi có cánh cũng không bay thoát, hơn nữa nếu người ấy lại là ông Lý. Vậy thì muốn thoát ra ngay lúc này cũng đâu phải chuyện chơi!

Liệu sự náu mình của tôi ở đây có phải là Uyên? Cô đã chăm sóc tôi hơn là lòng tôi mong ước, nhưng cô cũng đã nghiêm chỉnh với tôi hơn là trí tôi tưởng tượng. Đôi lúc Uyên cư xử như một cô em gái nhỏng nhẻo. Nhiều khi đóng vai bà chị khắc nghiệt. Rất ít tỏ ra là một người tình. Ở Uyên, đùa cợt là thông thường, lý trí là căn bản. Tình cảm luôn luôn là cân nhắc. Cô muốn gì ở tôi? Rõ ràng là không! Chúng tôi là anh em. Cô có vẻ trêu tức Quỳnh mà không chút ác ý. Hình như cô muốn tôi nói yêu cô để cô có dịp trả lời thẳng vào mặt tôi là cô không hề có chút mảy may yêu tôi. Cô chân thật hay gian trá? Cô yêu tôi hay ghét tôi? Cũng như ông Phan, Uyên có khả năng gài bẫy, và nếu ai muốn sụp thì xin cứ mời, nhưng ngóc đầu dậy sau khi ngã vào bẫy cô, điều đó có vẻ hơi ảo tưởng. Tôi nhìn tôi như thế và tôi phân tích Uyên như tôi thấy rõ cô trên màn ảnh của trí óc tôi.

Nhưng một tuần trầm mình trong sự u tịch của một căn phòng tiện nghi, sạch sẽ và thơm tho với tôi thế là đủ. Sự thừa mứa thời gian làm tôi bệ rạc. Tôi nhớ Quỳnh. Tôi ngồi dậy. Tôi nghe tiếng Uyên hát một ca khúc Pháp. Giọng cô cười dòn như pháo. Tôi nhấc ống điện thoại. Tôi nghe tiếng chân bà Phan đi trên hành lang. Tôi quay số sở Quỳnh. Tiếng thủy tinh vỡ vang từ phòng khách. Tôi nghe Uyên hét thất thanh. Tiếng chuông reo đầu giây bên kia. Tôi hỏi nhanh:

"Alô! China Airline?"

"Alô! China Airline nghe đây?"

"Chào cô! Tôi muốn nói chuyện với cô Quỳnh"

"Anh Thăng hả? Miêu Khả Tú đây! Anh chờ một tí nhá!"

"..."

"Alô! Em đây. Anh ở đâu vậy?"

"Quỳnh! Tôi đang ở nhà bác Phan. Tôi muốn gặp em?"

"Ngay bây giờ hả? Không được đâu. Em nhiều việc kinh khủng!"

"Thế chiều nhé?"

"Vâng, em chờ anh ở nhà đúng năm giờ!"

Căn phòng Quỳnh nhỏ mà gọn, nằm ngay trên lầu hai Thương xá Eden. Cửa sổ mở, ngó qua rạp Rex. Tôi tra chìa khóa bước vào. Quỳnh đang ở trong buồng tắm. Tôi ngã lưng trên mặt nệm, nhắm mắt duỗi dài tay chân. Tôi thấy thoải mái.

Bao giờ cũng vậy, khi bước vào phòng Quỳnh, tôi luôn có cảm tưởng như đang ở nhà mình. Chăn nệm cô thơm ngát sự tươi mát của một buổi rạng đông. Cửa sổ lớn mở rộng đón gió thổi từ sông Saigon. Tất cả những thứ ấy dễ làm tôi buồn ngủ.

Phòng Quỳnh có nhiều tạp chí thời trang. Những cuốn Elle và Marie-Claire màu sắc rực rỡ. Những thiếu nữ Pháp xinh đẹp trong những y phục loại "mốt" nhất. Tôi loáng thoáng nghe tiếng động của máy xay trái cây. Tôi thấy bóng Quỳnh di chuyển mờ ảo, ... và tiếng loạt xoạt của của những trang báo bị lật, cái kẹp tóc, chiếc khăn tắm lớn của Quỳnh rơi trên nền nhà, mùi xà phòng thơm, khuôn mặt Quỳnh, đôi mắt to, chiếc răng khểnh, và cả tấm thân mềm mại quen thuộc cô ập xuống thần trí tôi... rồi hết thảy phút chốc tan loãng, kéo lướt đi như mây khói...

Tôi thấy ông Phan trở về trên một chiếc phi cơ đặc biệt. Khi máy bay sắp đáp xuống phi đạo thì hai chiếc phản lực cơ chiến đấu không biết từ một hướng nào phóng tới bắn xối xả vào máy bay ông Phan. Tôi thấy khói bốc lên sau đuôi. Máy bay ông Phan vụt lên trở lại. Đám hành khách đặc biệt hốt hoảng bên trong phi cơ. Máy bay mất thăng bằng. Phi công chánh đã bị đạn gục trước cần lái. Phi công phụ đang thay thế. Tôi thấy ông Phan vẫn ngồi yên trên ghế. Da mặt ông sạm lại. Hai con mắt ông nhỏ nhưng sáng một cách kỳ lạ. Máy bay ông Phan vẫn nằm giữa hai lằn đạn. Và "ầm!" một tiếng lớn, máy bay ông bốc cháy. Một đám khói đen trên bầu trời chúi xuống và nổ tung. Tôi la to lên: "Bác Phan! Bác Phan!". Và tôi choàng tỉnh dậy. Mồ hôi vã ra như tắm.

"Anh, anh sao vậy?"

Quỳnh ngồi trên giường, mắt lo lắng, hai tay lay vai tôi. Tôi thấy những sợi tóc ướt bám trên trán cô. Bộ ngực nặng nề phập phồng sau làn vải mỏng.

"Anh làm sao vậy?"

Quỳnh lặp lại câu hỏi. Mặt cô cúi thấp gần mặt tôi. Tôi nghe hơi thở cô nóng bỏng, gấp gáp.

Quỳnh lau mồ hôi trên mặt, mũi, cổ và ngực tôi.

Tôi kể cho cô nghe giấc mơ.

"Tại sao anh lo lắng cho ông Phan quá vậy?"

"Có gì đâu. Đó chỉ là một giấc mơ thôi mà!"

"Sao anh không mơ thấy em?"

"Lúc nào tôi chẳng mơ thấy em!"

"Ông lẻo mép quá đi ông ạ!"

Tôi choàng tay qua người Quỳnh kéo cô ấp lên người tôi.

"Hôn tôi đi!"

Quỳnh cắn môi tôi. Nàng yêu tôi mạnh mẽ như chưa bao giờ yêu.

Căn phòng tối. Quỳnh nằm ngược chiều tôi. Tay cô dang rộng chạm vào gan bàn chân tôi. Chiếc quạt máy ngưng chạy từ hồi nào, nhưng gió thổi qua cửa sổ mát lạnh.

"Cho tôi điếu thuốc Quỳnh!"

Tôi nói nhưng không tin là Quỳnh nghe.

Quỳnh nhổm dậy. Tiếng chân đi trên nền nhà, tiếng khua động ở ngăn kéo, tiếng diêm quẹt đánh lên, ánh lửa lóe sáng soi khuôn mặt Quỳnh.

"Thuốc đây anh!" Quỳnh đặt điếu thuốc giữa hai môi tôi.

"Anh làm gì suốt một tuần không gặp em?"

"Chẳng làm gì cả! Đọc sách, nghe nhạc."

"Còn cô Uyên?"

"Nghe nhạc, đọc sách!"

"Chỉ thế thôi?"

"Chớ em muốn tôi làm gì khác?"

"Anh có phải là một tù nhân hạnh phúc không?"

"Không phải tù nhân, và cũng không hạnh phúc!"

"Em nghĩ là em đang mất anh!"

"Em cho là tôi sắp chết sao?"

"Anh đừng nói bậy! Chính anh phải biết là anh không còn là anh như trước đây chứ?"

"Tôi đã thay đổi nhiều vậy sao?"

"Anh đã thay đổi!" Quỳnh nói giọng quả quyết. Cô nhấc điếu thuốc khỏi môi tôi. Quỳnh hút. Đốm sáng soi mặt cô từng chập. Giọng Quỳnh cay đắng.

"Tôi nghĩ là chính em đang có điều bực dọc nên nhìn chuyện gì cũng thấy không giống như ý em muốn."

"Hôm qua em gặp anh Tuấn ở tòa án. Anh ấy nói Thăng sắp làm phò mã ông Phan thật rồi! Em hỏi sao anh biết, anh ấy nói chính cô Uyên tâm sự với một người bạn."

"Rồi sao nữa?"

"Chờ ông Phan đi Mỹ về là làm lễ cưới".

"Chưa đính hôn mà!" Tôi đùa.

"Đính hôn rồi!" Quỳnh quả quyết, giọng chắc như bắp.

"Hồi nào vậy?" Tôi tiếp tục đùa.

"Tuần rồi! Anh Tuấn nói lễ đính hôn diễn ra trong vòng thân mật." Quỳnh không đùa tí nào.

Tôi thấy hình như câu chuyện đã đi quá xa. Tôi hỏi gặng:

"Em tin thật sao?"

"Còn gì nữa mà không tin!" Quỳnh nói giữa hai hàm răng.

"Em muốn nghe tôi nói không?"

"Chuyện đó chưa đủ sao mà anh còn nói nữa!"

"Đó là bịa!" Tôi khó chịu. Tôi ghét đính chính những điều tôi không hề dính dáng.

Quỳnh rúc đầu vào ngực tôi. Mái tóc ngắn của cô làm tôi nhột. Tôi kéo Quỳnh lên, môi tôi tìm môi cô. Da thịt Quỳnh quen thuộc trong tay tôi. Bụng cô nhỏ, lưng ong, thon, lũng thấp. Ngực căng rắn. Đùi dài tròn lẳn. Trên chiếc giường hẹp, chúng tôi đo nhau. Thân thể tôi trong thân thể Quỳnh.

"Đừng anh... Đừng mà anh!"

Quỳnh phản ứng chiếu lệ, hai tay vẫn đẩy sâu tôi thêm vào người cô. Hơi thở Quỳnh nóng hổi, bứt rứt như thúc dục những ham muốn trong tôi trào ra. Những ngón tay của cô là những mũi kim châm cứu, nhọn buốt dưới da nhưng làm rung động châu thân tôi trong một niềm hoan lạc khó tả.

Mùi thơm của tóc Quỳnh, mùi nồng của da thịt cô làm tôi thêm rạo rực. Tiếng Quỳnh u ư tron cổ họng như con mèo con phơi nắng bên cửa sổ.

"Tôi mở đèn nhé!"

"Đừng anh!" Quỳnh giữ tay tôi lại.

Căn phòng tối, nhưng ngoài cửa sổ đêm xanh ánh trăng. Tôi thấy mắt Quỳnh long lanh một thứ ánh sáng kỳ lạ. Chúng tôi áp mặt vào nhau thở chung hơi thở tình ái. Tôi vò tóc Quỳnh trong tay tôi. Im lặng quá! Đêm như chôn chúng tôi trong chiếc quan tài hạnh phúc.

"Em sợ!"

Bỗng nhiên Quỳnh nói. Giọng cô nhỏ, mỏng như hơi thở.

"Sợ gì?"

Tôi nằm xuống, tay tôi trên ngực Quỳnh.

"Không. Em không sợ. Em muốn có con với anh..."

"Chi vậy?"

"Đừng hỏi em một câu ngu như thế!"

"Xin lỗi em!"

Tôi ôm riết Quỳnh, mũi tôi cọ lên mũi cô. Tôi làm tối lại thứ ánh sáng long lanh trong mắt cô phản chiếu từ những ngôi sao xa. Tôi quơ tay lên đầu giường, mở núm điều chỉnh của chiếc máy thu thanh. Một giọng ca quen thuộc ấm áp và nồng nàn tình cảm bay khắp phòng...

Với tôi, mùa hè vô tận này là kết hợp của một chuỗi những ngày chủ nhật buồn và Quỳnh như một "đóa hoa hồng vùi quên trong tay tôi". Không, chúng tôi là những cục than hồng vùi trong lò gạch nung, chìm dưới lớp tro than xám xịt. Chúng tôi lạnh lẽo một cách bốc cháy. Chúng tôi hực lửa nên nhau nhưng sao vẫn rét buốt tận tâm can. Tại sao Quỳnh muốn có con với tôi? Cô biết tôi sợ hôn nhân. Cô là người đầu tiên đề nghị một cuộc sống chung không cần giá thú. Cô từng nói thà sống với nhau lâu dài không hôn thú hơn là chia tay trong thù hận với hàng đống giấy tờ. Và tôi, cuộc hôn nhân thất bại là một thứ ung nhọt lúc nào cũng tấy mủ trong da thịt tôi. Vết thương lở lói và hôi thối ấy làm tôi ghê tởm cả chính tôi. Một lần về thăm Đăng và Mai, chị ta cầm tay tôi nói giọng âu yếm là tôi gầy quá, chị muốn được chăm sóc tôi, hầu hạ tôi, và chị ta muốn trở lại với tôi. Tôi đã gỡ những ngón tay chị ta ra và phủi cái dấu vết ô nhục vừa chạm lên đó giống như có con sâu rọm mới bò qua. Kể cho Quỳnh nghe chuyện này, Quỳnh cười:

"Anh cực đoan, bao giờ cũng cực đoan! Anh không nghĩ là đã có thời gian anh từng yêu chị ấy hay sao?"

Không, chưa bao giờ tôi yêu chị ta. Chúng tôi cùng trạc tuổi nhau, cùng học một lớp, chị ta là người đầu tiên dạy tôi bài học ái ân. Nhà trọ nằm trên đường tới Viện Đại Học. Khí hậu Đà Lạt lạnh đều suốt năm. Phòng không lò sưởi. Cửa kính mù sương những buổi sáng. Cây ổi không bao giờ ra trái trước mặt nhà. Hàng rào là những cây bông hồng. Dưới cửa sổ đầy bông thược dược và cẩm chướng. Chúng tôi sống bằng những tô phở của người bán rong vào lúc giữa khuya. Họa hoằn lắm mới ăn được miếng bánh mì baguette của tiệm Vĩnh Châu vừa mới ra lò còn nóng hổi.

Chúng tôi miên man và mải mê trong thú vui xác thịt. Dù sao phải nói là tôi biết ơn chị ta. Chị ta đã dạy tôi khám phá ra được những bí mật của thân xác. Những niềm bí mật ấy cần được ngợi ca. Thói quen ân ái thật khó bỏ. Nó đeo riết lấy tôi. Nó làm người ta không còn lãng mạng nữa. Cho đến khi tôi muốn rứt ra thì chị ta tìm đến gia đình tôi, mua chuộc em gái tôi, bao vây mẹ tôi. Và chị ta quỳ dưới chân tôi. Cầu khẩn tôi lấy chị ta như cầu khẩn một đấng thần linh. Vấn đề giữa chúng tôi không phải là lấy nhau, lại càng không phải là tình yêu. Vấn đề là chị ta muốn có một tờ giấy xác nhận hôn nhân. Đám cưới lớn, nhưng cha và mẹ tôi không có mặt.

"Anh nghĩ gì vậy?" Quỳnh hỏi, ngón trỏ của cô di động trên sóng mũi tôi.

"Mũi thẳng là mũi bạc tình!" Quỳnh giải thích.

Tôi không trả lời cô. Tôi hỏi Quỳnh một câu khác.

"Em đã tìm đâu ra bức tranh treo phòng hay vậy?"

"Của em."

"Sao em có điện thoại của Uyên?"

Quỳnh ngồi bật dậy, co chân, hai tay bó gối, đầu hơi chúc xuống phía tôi, giọng ngơ ngác.

"Cô Uyên nào? Làm sao em biết được?"

Và Quỳnh nằm xuống, úp cả thân thể cô lên tôi. Người cô mát nhưng hơi thở nóng. Tiếng cô cười rất nhỏ trong miệng.

"Đùa anh chơi tí. Em gọi đấy!"

"Tại sao?"

"Thì em muốn gọi. Vậy thôi! Cô ta đâu là gì anh. Và nếu cô ta là gì của anh thì cũng là điều hay!"

"Tại sao hay?"

"Để anh có dịp làm một cuộc trắc nghiệm!"

"Trắc nghiệm?"

"Chứ sao! Đôi khi anh cũng nên xem lại chúng ta còn cần nhau tới chừng nào. Phải không?"

"Lúc nào mà tôi chẳng cần em?"

"Còn cô Uyên?" Quỳnh hỏi ngược bất ngờ...

"Uyên là con gái của ông Phan..." Tôi lúng túng trả lời lẩn quẩn.

"Em biết cô ta học Văn Khoa, nhưng thân đám trường Luật. Em biết cô ta là một người kiêu ngạo. Thứ gì cô cũng đều nhất nước. Em biết cô ta thích anh. Nhưng em còn biết, hơn một điều nữa: Cô ta không hề yêu anh, mà cô ta cũng chả yêu ai..."

"Tôi còn biết nhiều hơn em nữa kìa. Chưa hề có một người trên đời này yêu tôi."

"Thôi, không nói nữa, lẻo mép ạ!"

Quỳnh rúc đầu vào ngực tôi.

"Có khi nào em ghen không?"

"Còn lâu!"

Những ngón tay Quỳnh bấm sâu trên lưng tôi.

"Em chỉ muốn có một đứa con với anh. Một đứa thôi, rất giống anh và em sẽ không cần anh nữa!"

Gió thổi lộng vào phòng, trong cái mát lạnh tôi nghe như có những giọt nước mưa rất nhỏ bắn vào, dội lên những song sắt và rơi xuống mặt tôi.

"Em ghét anh..." Quỳnh nằm ngửa, dang rộng hai tay, đẩy tôi ra sát mép giường...

"Hôn tôi đi, nhỏ..."

Quỳnh rướn người lên, áp mặt cô lên mặt tôi, trán cô vào trán tôi. Chương trình nhạc đã dứt tự hồi nào. Người xướng ngôn đang đọc bản tin thời sự tóm tắt trong ngày.

Chúng tôi ôm chặt nhau, thở giùm nhau trong tiếng còi báo động giờ giới nghiêm.

Làm thế nào được, cuộc chiến tranh không lối thoát bao giờ cũng chen vào giữa hai làn môi chúng tôi?

Chương 11

Khi tôi về đến nhà ông Phan trời đã tối hẳn. Tuy vậy đèn phòng khách vẫn sáng và tiếng cười nói bay ra mãi tận con đường lót sỏi. Tôi đi vòng ngã sau, dựng xe sát cửa sổ. Phòng khá tối, cửa để mở, tôi thấy Uyên ngồi ở bàn viết đang dán mắt trên trang sách. Âm nhạc bay ra từ chiếc máy thu thanh đặt ở một ô trong kệ gỗ. Tôi nhận ra đó là một khúc giao hưởng của Beethoven. Uyên rất thích nhạc cổ điển, khi nào cô ngồi một mình.

Tôi vào phòng, đi nhẹ trên những mũi giầy. Chẳng hiểu là Uyên không nghe thấy tôi trở về thật vì cô bị câu truyện âm nhạc lôi cuốn hay vì tôi đi quá nhẹ chân, hoặc cô biết tôi đang về nhưng vẫn giả mù sa mưa. Tôi ngã lưng trên nệm, hai tay chắp sau ót, nhắm mắt, Dư vị tình ái vừa trải qua với Quỳnh còn đọng lại trong thần trí tôi. Sự hờn giận của cô làm tôi khó nghĩ. Tôi tự thấy mình không thể ở lâu trong nhà ông Phan, nhưng ra đi ngay trong lúc này thì tôi không thể làm được. Tôi bị kẹt cứng trong một thứ tình cảm không tên. Giương mắt ngó lên trần nhà, tôi không thấy gì ngoài cái mờ mịt của một thứ đêm ba mươi. Nhìn sang bàn học, dưới ánh sáng của ngọn đèn đọc sách, tôi thấy khuôn mặt Uyên xanh như tàu lá. Mái tóc cô đen nhánh trên một đôi vai trần trắng như bông. Hôm qua, cũng ngay ở bàn viết này, Uyên nói với tôi là cô đang nghiên cứu khoa chiêm tinh học.

"Anh ở tuổi Bắc giải phải không? Uyên cũng vậy. Chúng ta đều là con của Mặt Trăng. Mà mặt trăng thì thay đổi bốn lần trong một tháng. Tuổi Bắc Giải cũng giống như vậy. Nghĩa là cũng rất hay thay đổi."

Tôi cười:

"Chiêm Tinh học không phải là một khoa học. Nó gần với dị đoan và mang màu sắc huyền bí."

"Huyền bí? Dị đoan? Sao? Uyên thế này mà huyền bí dị đoan sao?"

Cô cãi, nếu chiêm tinh học không phải là một khoa học thì khoa học thực sự là một cái gì kém hơn chiêm tinh học. Chiêm tinh học biết những bí ẩn về con người mà khoa học hoàn toàn bó tay.

Lý luận của Uyên làm tôi ngớ ra. Tôi hỏi cô vậy thì tại sao mình không thể nói rằng những ai ở tuổi Bắc giải sẽ gặp nhiều hạnh phúc trong mùa hè, vì lẽ, họ ra đời vào một tháng giữa năm?

Uyên kêu lên, giọng mừng rỡ:

"Đúng rồi, chiêm tinh học đã luận giải như thế! Mà sao anh biết?"

Tôi bật cười lớn. Có lẽ tiếng cười của tôi làm Uyên giật mình, -hay nàng giả bộ giật mình?

"Trời! Anh về hồi nào vậy? Anh làm Uyên hết hồn!"

"Tôi mới về. Cô không làm bộ chớ?"

"Anh đừng nói oan cho Uyên. Anh có đói không? Uyên làm cơm cho anh nhé?"

"Cám ơn cô! Tôi vừa đói, vừa buồn ngủ!"

"Hai anh em nói chuyện gì đó?"

Bà Phan hiện ra ở cửa từ lúc nào. Sự có mặt đột ngột của bà làm cả hai chúng tôi giật mình. Tôi chống hai tay ở mép giường ngồi dậy. Bà đến chỗ con gái, cầm cuốn sách lên coi lơ đãng cái bìa.

"Sao con không mở đèn?" Bà hỏi nhưng không đợi Uyên trả lời, tự động đến sau cửa buồng, bật công tắc.

Ánh sáng tràn ngập căn phòng. Tôi ngồi vụt dậy.

"Thưa bác!"

"Bà nhìn tôi, rồi nhìn Uyên:

"Cháu mới về?"

"Thưa bác, cháu mới về."

"Cháu ăn cơm chưa?"

"Thưa bác..."

"Tôi cũng chưa ăn. Cả Uyên nữa. Ngày hôm nay sao mà lắm khách thế không biết!"

"Thưa me, con chỉ thấy có mỗi bà Lãm thôi mà!"

"Thì bà Lãm, rồi kế đó là bà Liên, bà Ngọc. Bà Lãm nhờ me bán giúp chiếc nhẫn hột xoàn, gửi tiền cho cậu con học bên Pháp. Bà Liên mời chơi một bát họ. Bà Ngọc rủ me đi Hồng Kông một chuyến!"

"Đến ba cơ à! Vậy mà con cứ tưởng có mỗi một mình bà Lãm."

"Đã xong đâu, bà Lãm vừa về thì bà tổng Hưng lại đến. Bà muốn mua lại chiếc lọ cổ nhà mình. Thôi, đi ăn cơm đi cô cậu, tôi đói lắm rồi!"

Uyên dời bàn ăn sớm nhất. Cô ngồi bên tôi, đối diện với mẹ. Trước khi đứng dậy, cô nghiêng đầu nói nhỏ:

"Uyên chờ anh ở phòng đọc sách nhé!"

Bà Phan đang ăn, ngừng đũa hỏi:

"Con nói gì?"

Uyên tỉnh bơ.

"Con nói anh Thăng ăn nhanh lên, con sẽ cho anh ấy biết vận mệnh Cancer của anh theo Horoscope."

"Đừng nói nhảm. Con đã đưa cái carte postale của bố gửi cho anh ấy chưa?"

"Chúa ơi! Con quên mất. Con đi lấy ngay bây giờ!"

Uyên bước ra cửa, bà Phan ngó tôi:

"Uyên có làm rộn cháu không?"

"Thưa bác..."

"Trông lớn con như vậy chứ còn dại lắm. Ông nhà tôi cứ mắng hoài..."

Tôi nhớ Quỳnh. Tôi thấy mình vô lý nếu cứ chôn chân ở đây. Cái lý do an ninh không đủ sức thuyết phục Quỳnh bởi vì chính tôi cũng không tin lắm vào lý do này. Tôi là người sợ rắc rối. Tôi đang tự mình đi tìm rắc rối.

"Thưa bác, cháu muốn xin phép bác..."

"Cháu cứ nói...", bà Phan bỏ đũa xuống.

"Cháu thấy ở đây cháu làm phiền bác quá. Cháu muốn xin phép bác cho cháu dọn ra ngoài..."

"Sao" Cháu nói cái gì vậy?" Bà Phan trố mắt ngó tôi: "Cháu cảm thấy tù túng phải không? Cháu quên những lời dặn của bác trai rồi sao?"

"Thưa bác, cháu vẫn nhớ, nhưng cháu cảm thấy xấu hổ, nếu..."

"Đây, tấm carte postale bố gửi cho anh đây!"

Uyên đưa tôi tấm bưu ảnh. HÌnh chụp cảnh bên ngoài tòa Bạch ốc ở Washington D.C. Ở lưng tấm bưu ảnh, ông Phan viết:

"Cháu Thăng,

Vài hàng thăm cháu, cháu còn nhớ hôm cuối bác cháu ta gặp nhau không? Bác chép gửi tặng cháu hai câu thơ trong bài Thục Đạo Nan của Lý Bạch. Mong cháu bình an.

Thục đạo nan chi, nan vụ thượng thanh thiên

Trắc thân tây vọng trường tư ta..."

Bà Phan nhìn tôi hỏi:

"Cháu có hiểu bác trai muốn nói gì không?"

"Thưa bác, cháu không rõ lắm. Cháu chỉ đoán thôi!"

"Ừ! Thì cháu đoán xem nhà tôi viết gì mà khó hiểu vậy?"

Tôi kể cho bà Phan và Uyên những điều mà tôi biết về Lý Bạch, một trong những tác giả nổi tiếng đời Đường, và Thục Đạo Nan là một trong những bài nổi tiếng nhất của ông. Nhà thơ cảm xúc trước cảnh hiểm trở của xứ Thục, nơi mà Đường Minh Hoàng phải chạy vào. Đại ý ông nói đường đi vào đất Thục còn khó hơn đường lên trời xanh. Trên trời thì có núi cao đến nỗi mặt trời phải vướng mà quay trở lại, dưới thì khe suối quanh co nước chảy lộn ngược rất ghê sợ. Cho nên bay cao như con hạc vàng cũng không thể qua, leo giỏi như loài khỉ vượn cũng phải e ngại. Ngày thì cọp dữ, đêm thì rắn dài. Cái xứ ấy tuy có vui thú cũng không bằng sớm sớm về nhà. "Đường vào xứ Thục khó hơn đường lên trời xanh. Đành phải nghiêng mình đứng trông về tây mà thở dài."

"Phải chăng ông nhà tôi đang gặp khó khăn?"

"Thưa bác, cháu cũng nghĩ là như vậy!"

"Tại sao bố không viết ra là tao đang rắc rối bên này có phải dễ cho cả nhà không?"

"Uyên!" Bà Phan lên tiếng giận dữ "Hồi này sao con ăn nói luông tuồng thế?"

"Con xin lỗi me!"

Uyên vịn hai tay lên thành ghế, đầu cúi xuống. Tôi đứng dậy chào bà Phan trở về phòng.

Tôi rửa mặt thật lâu. Tôi nhìn tôi trong gương. Tại sao Uyên hẹn tôi trong phòng đọc sách? Sao nàng không đến thẳng phòng tôi như nàng đã từng đến? Có phải phòng đọc sách là nơi không ai được lui tới, trừ ông Phan, nay ông đã đi xa và Uyên nghĩ rằng chúng tôi có thể nói chuyện với nhau giữa những cuốn sách trang nghiêm như một người lớn nói chuyện với một người lớn? Nếu đúng là như vậy phải chăng vấn đề đã trở nên trầm trọng?

Dù sao, sau cùng tôi quyết định đến thẳng phòng đọc sách. Cửa mở, đèn thắp sáng. Trên bàn giấy ông Phan là cuốn Horoscope in thật đẹp với hàng chữ lớn: *Tất Cả Những Gì Bạn Cần Biết Về Tuổi Bắc Giải.* Uyên không có ở đó. Tôi ngồi xuống chiếc ghế bành. Trước mặt tôi là bức Tự Họa của Van Gogh. Tôi thấy nhớ ông Phan. Con người phức tạp, thích thơ Lý bạch, ưa tranh Van Gogh, say mê chính trị... Tôi không hiểu ông và thực tình mà nói, trong thâm tâm tôi, tôi chưa hề có ý muốn tìm hiểu ông hay bất cứ một ai. Tôi là người thụ động, nhưng tôi có một quan niệm về quyền sở hữu tuyệt đối đặc biệt là trong tình yêu. Khi tôi yêu ai và biết người kia cũng yêu tôi thì tôi cho rằng họ đã là của tôi rồi. Tôi biết là tôi sẽ phản ứng mạnh nếu người đó không thuộc về tôi. Nói cách khác tôi có thể bỏ rơi họ, chứ họ không thể bỏ rơi tôi. Trước tình yêu tôi do dự không phải vì tính toán mà vì sợ bị từ chối. Điều ám ảnh tôi chính là tôi luôn luôn có trong đầu cái ý nghĩ một ngày nào đó sẽ hết được yêu. Một ngày đó Quỳnh sẽ bỏ tôi, cả Uyên nữa, nếu yêu tôi, rồi cô cũng sẽ bỏ tôi. Tôi đốt một điếu thuốc. Tôi đi rảo khắp các kệ sách.

Tiểu thư viện ấy đối với tôi thật quá quen thuộc, nhưng lần này, tôi sung sướng khám phá ra ngoài những cuốn Hồi ký chính trị và Thuật lãnh đạo là cả một kho tiểu thuyết và thi ca. Cuốn Đường Thi do Ngô Tất Tố phiên dịch nằm bên tập thơ của R.Tagore, ấn bản tiếng Anh. Bộ Đông Chu Liệt Quốc, bản dịch của Nguyễn Đỗ Mục đứng sát cạnh bộ Chiến Tranh và Hòa Bình của Léon Tolstoi... Nhưng bỗng nhiên tôi nghe mắt mình nặng trĩu. Tôi buồn ngủ. Tôi thèm ngủ. Tôi ra khỏi thư viện kẹp theo cuốn Othello của Shakespeare. Đến hành lang đã tắt nhưng ánh sáng phòng bà Phan len qua khe cửa. Tôi nghe tiếng hai mẹ con nói chuyện.

"..."

"Me không bằng lòng!"

"Nhưng con có làm gì không phải đâu!"

"Không được cãi bướng. Me chỉ muốn nhắc cho con nhớ là anh Thăng đã có vợ con..."

"Nhưng con đâu có yêu anh Thăng. Me đừng làm con khổ!"

"Me bao giờ cũng muốn thấy con của me hạnh phúc. Anh Thăng đã có gia đình. Con có nhận điều này không?"

"Nhưng thưa me, anh Thăng đã ly dị."

"Chưa. Tất cả còn ở trong vòng thủ tục. Tuy nhiên con nên nhớ rằng cái việc ly dị hay không ly dị của anh ấy chẳng liên quan gì đến con!"

"Nhưng thưa me, bố nói con phải coi anh ấy như một người anh?"

"Thì ai cấm cản coi anh ấy như một ông anh, nhưng đừng xen vào đời tư anh ấy!"

"Thật con không thể hiểu nổi me, đã xem anh Thăng như một ông anh mà lại phải dửng dưng với cuộc sống anh ấy?"

"Uyên! Con có còn là con của me nữa không?"

"Thưa me, lúc nào mà con chẳng là con của me?"

"Vậy con hãy quên anh ấy đi!"

"Me muốn nói anh Thăng là người xấu?"

"Không, me không nghĩ thế."

"Me muốn con phải xa lánh anh ấy?"

"Không. Me chỉ muốn con đừng yêu anh ấy!"

"Nhưng, con có yêu anh Thăng đâu!"

"Đừng dối me. Me hiểu tình cảm con!"

"Nhưng me không thấy tình cảnh anh Thăng thương tâm hay sao?"

"…"

"Anh ấy đâu có sung sướng gì trong việc phải xa gia đình anh ấy, ngay trong một thành phố mà anh ấy đang sống!"

"Nhưng anh ấy có làm cái gì thì phải nhận lãnh hậu quả của mình chứ!"

"Thưa me, con sợ me bất công khi chỉ nhìn lỗi lầm của anh Thăng qua mắt một người khác."

"Ai? Con nói người khác ấy là ai?"

"Bất cứ ai nói xấu anh Thăng đều như thế!"

"Kể cả vợ anh ấy sao?"

"Thưa me, phải."

"Me đã gặp chị ấy. Lỗi này hoàn toàn là của anh Thăng!"

"Thưa me, chắc bà Lan đã nói với me phải không?"

"Bà Lan nào?"

"Thì chị Thăng ấy!"

"Phải. Chị ấy nói về anh Thăng những điều không thể tưởng tượng nổi!"

"Và me tin tất cả những gì bà ấy nói?"

"Sao me lại không tin? Còn ai biết rõ người đàn ông hơn là vợ ông ta chứ?"

"Thưa me, con cũng đã gặp bà ấy, nhưng con nghĩ khác."

"Con đã gặp chị ấy? Ở đâu? Để làm chi?" Tiếng bà Phan kinh ngạc thấy rõ. Tôi cũng ngạc nhiên không kém.

"Cách đây ít lâu. Con theo đám bạn đến chơi nhà ở đường Kỳ Đồng. Cathy Hồng là *cousine* của bà ấy!"

"..."

"Bà cũng xinh xắn dễ thương, nhưng nói xấu chồng theo cái kiểu cả vú lấp miệng em. Con nghĩ rằng nội cái việc bà ấy nói xấu cùng cực về anh Thăng cũng đủ làm con nghi ngờ lời nói bà. Xấu lá thời xấu nem chứ. Phải không me?"

"Thì anh Thăng có thế nào chị ấy mới nói thế chứ!" Giọng bà Phan dịu lại.

"Thưa me, đám bạn con nói mỗi lần đến thăm bà là mỗi lần được nghe bà ấy nói xấu anh Thăng một kiểu khác nhau, đến nỗi chúng nó bị ám ảnh, ghét cay ghét đắng anh ấy!"

"Thế còn con?"

"Con nghĩ là con hiểu anh Thăng, mặc dù anh ấy chưa bao giờ nói với con về bà Lan!"

"Con hiểu anh Thăng như thế nào?"

"Thưa me, con nghĩ khi đời sống gia đình là một địa ngục thì không có lý do gì buộc người ta phải tiếp tục ở cùng dưới một mái nhà!"

"Uyên!"

"Thưa me,…"

"Con có biết là me yêu con đến chừng nào không?"

"Thưa me, con biết."

"Con có muốn làm những điều trái ý me không?"

"Thưa me, không bao giờ con dám."

"Vậy con nghe đây. Bao lâu me còn sống, me không muốn con kết hôn với một người đàn ông đã có một lần lập gia đình!"

"Thưa me,…"

"Thôi con về phòng đi, me mệt. À,… con lấy hộ me một viên Valium nhé!"

Tôi trở về buồng mình, tắt đèn, nằm dài trên giường, mở mắt nhìn bóng đêm. Giấc ngủ không đến với tôi nữa. Trần nhà như một màn ảnh lớn trên đó Uyên, bà Phan, ông Phan, Quỳnh, Đăng và Mai lần lượt hiện ra riêng rẽ rồi chập lẫn vào nhau. Tôi mong sao trời mau sáng. Tôi muốn ra quán nước sớm để gặp bạn bè.

Chương 12

Quán nước sáng nay khá đông. Chiếc bàn mọi khi đám bạn tôi vẫn ngồi đã có người chiếm. Tôi đứng chôn chân ở thềm cửa nửa muốn vào nửa muốn không. Rong một vòng qua các hàng sách, hay đi xem phim? Ừ, biết đâu được, chúng nó chẳng đang ở đó! Khi dợm bước chân ra, tôi nghe có tiếng gọi lớn từ một chiếc bàn tận góc trong.

"Ê, Thăng!"

Tôi quay lại.

"Ồ, Vinh! Ông về hồi nào vậy?"

"Mấy hôm rồi!"

"Sao nghe nói tiểu đoàn ông đang hành quân mà!"

"Phải. Đang hành quân, nhưng tôi thì được lệnh phải về!"

"Tại sao?"

Vinh nhìn tôi cười. Anh có một nụ cười quá đẹp và quá ngây thơ. Những bông mai màu đen trên cổ áo rằn ri của tiểu đoàn biệt kích Dù không làm Vinh già đi chút nào. Hồi còn học Y khoa Vinh là tay làm báo có hạng. Những bài anh viết không phải chỉ thuần túy khoa học mà luôn luôn chạn đến cái phẩn nhân bản của Y khoa. "Vấn đề xã hội là hàng đầu của suy nghĩ tôi". Anh thường nói với bạn bè như vậy. Khi ra trường và được đổi sang phục vụ cho tiểu đoàn biệt kích 81 Dù, Vinh viết càng nhiều và càng sắc bén. Những bài của anh đăng trên các tạp chí bao giờ cũng là một ngạc nhiên đầy thích thú cho những ai quan tâm đến các vấn đề thời sự và đời sống chính trị hiện tại. Dưới mắt tôi, Vinh hiện ra như một người trí thức trẻ đi săn tìm lý tưởng tuyệt đối không hề mỏi mệt.

"Đến đây ngồi với tôi uống cái gì đi. Được không?"

"Xong rồi!"

Tôi theo Vinh đến bàn anh.

"Ông tìm ai vậy?"

"Không hẹn ai. Chỉ tìm bạn bè vì thói quen thôi!"

"Cà phê nhé?"

"Ừ, thì cà phê!"

Vinh ra dấu gọi thức uống. Anh cười, tôi thấy da mặt anh trắng hồng như con gái. Những chuyến hành quân trên các buôn Thượng, những đụng độ ở mặt trận quân khu hai kéo dằng dai hơn cả tháng trời không làm cho da mặt anh sạm đen đi tí nào. Tóc Vinh cắt cao, đầu tròn, mắt sáng chiếu thẳng vào người đối diện. Anh nói nhỏ nhẹ nhưng thái độ dứt khoát và quyết liệt. Tôi thường nói đùa "Vinh là lương tâm của tôi". Thực ra điều này cũng chẳng có gì quá đáng. Công bình mà nói anh còn có thể được xem là lương tâm cho nhiều người khác nữa kia.

Tôi nhìn Vinh, lập lại câu hỏi lúc nãy.

"Lệnh thuyên chuyển về Sài gòn hả?"

" Không. Tôi bị gọi về hầu tòa!"

"Hầu tòa? Ông làm cái gì mà phải hầu tòa?"

Vinh lại cười. Anh dở chiếc nón màu xanh lá cây úp trên mặt bàn, kéo một tờ tạp chí, đẩy về phía tôi.

"Đó! Lý do hầu tòa là cái đó!"

Tôi mở trang báo. Hàng tít lớn với dòng chữ "Mặt Trận Ở Sài Gòn". Kẹp vào trang có đi bài là cái trát gọi hầu tòa ghi tên Vinh. Tôi đọc qua trát lệnh, rồi lướt mắt trên bài viết của Vinh.

"Cho tôi mượn tờ báo được không?"

"Được. Ông cầm lấy. Tôi còn mấy cuốn ở nhà. Nhưng thôi, không phải nói chuyện đó nữa. Việc gì đến tức khắc sẽ đến. Còn ông thế nào? Hồi này đời sống ra sao?"

"Ai? Tôi hả?"

"Chứ còn ai? Nghe nói ông bây giờ là người thân của cụ Phan phải không?"

Tôi hơi ngần ngừ trước câu hỏi đột ngột của Vinh. Tôi biết tính anh ít nói về những gì liên quan đến đời tư của bạn. Anh không ưa tò mò và không bao giờ là người tọc mạch xoi mói. Anh là một nhà thực nghiệm. Anh không tin những gì anh chỉ nghe bằng tai.

"Phải. Nhưng ai đã cho ông biết tin này?"

"Hôm qua đến tòa báo về vụ ra tòa, tôi có gặp mấy bạn quen, thấy chúng nó nói vậy!"

"Họ nói sao?"

"Chúng nó nói ông sẽ là bí thư trẻ tuổi nhất của cụ Phan!"

Tôi bật cười:

"Đứa nào ác mồm ác miệng quá thế! Ông Phan đi Mỹ rồi mà!"

"Ừ, thì cụ Phan đi Mỹ, nhưng cụ sẽ về chứ? Ông là người trong nhà, ông không thấy địa vị nào dành cho cụ Phan trong ngày trở lại sao?"

"Tôi không nhìn thấy địa vị nào dành cho ông Phan, mặc dù tôi biết ông đang giữ một vai trò quan trọng trong sinh hoạt chính trị ở đây!"

Nhân viên nhà hàng đem cà phê cho tôi. Vinh vừa đẩy hủ đường vừa nói:

"Cà phê ở đây dở quá, có thể nói là dở nhất Sài gòn. Trên đường hành quân tôi biết có mấy quán lụp xụp tồi tàn bên đường thế mà cà phê ngon tuyệt, ngon không thể nào tả được!"

Tôi kéo Vinh trở lại câu chuyện cũ:

"Ông thấy ông Phan là người như thế nào?"

Vinh nhìn tôi, vẻ sửng sốt:

"Sao ông hỏi tôi câu đó? Hơn ai hết, ông phải là người biết rõ cụ Phan chứ?"

Trời ơi, bây giờ đến lượt Vinh, anh ấy mà còn ngộ nhận về mối quan hệ thân thiết giữa ông Phan và tôi thì còn ai tin được những đính chính của tôi?

"Ông có muốn nghe tôi giải thích không?"

"Hồi này ông làm sao thế?"

"Tôi được đề nghị để được coi như một người thân trong gia đình ông Phan."

"Chắc là phải có lý do chứ?"

"Giữa ông Phan và cha tôi có một liên hệ đồng đội từ xưa mà tôi không rõ? Mặc dù tôi biết một cách tình cờ rằng mối liên hệ ấy có thực."

Chợt Vinh chỉ vào cái băng đen trên túi áo tôi, hỏi một câu bất ngờ:

"Ông để tang ai vậy?"

"Cha tôi!"

"Kìa, ông cụ mất hồi nào sao tôi không nghe biết chi hết!"

"Cũng lâu rồi. Có hơn năm nay. Chắc lúc đó ông bận hành quân!"

"Thế ông có thấy cụ Phan trong đám người đưa tiễn không?"

"Không rõ. Tôi về đến nơi thì mọi sự đã xong cả rồi."

"Lạ nhỉ?"

"Nhưng tôi thấy ông Phan có cả bộ ảnh chụp hôm đám tang. Ông Phan biết là tôi đã không có mặt trong những giây phút cuối của cha tôi."

Vinh bỗng lái câu chuyện sang một hướng khác.

"Vẫn ở chỗ cũ chứ?"

"Không!" Tôi ngập ngừng. "Tôi đã bỏ đường Kỳ Đồng hơn một năm nay".

Tôi tự hỏi có nên nói cho Vinh biết chuyện gia đình mình hay không? Trước kia Vinh và các bạn anh ở Tiểu đoàn Dù có đến ăn cơm nhà tôi mấy lần. Ai cũng nói tôi là một người hạnh phúc. Đông, xếp lớn của Vinh nói nếu tôi đừng "bị" biệt phái có lẽ tôi là người hạnh phúc hơn. Chưa đụng nhau trên một chiến trường có súng đạn, có máu đổ và có người chết, tôi vẫn đang còn là một thiếu sót lớn. Thứ triết học nhà trường mà tôi đã được nhập môn, cả thứ triết học mà một vài ông nào đó tự nhận là triết gia khi mới lõm bõm chữ nghĩa trong đầu qua một vài cuốn sách... chỉ là bọt bèo và rác rến của thứ "tư tưởng" đã mòn nhẵn. Vâng, có lẽ thế. Đông nói đúng. Tôi là một người hạnh phúc khốn khổ.

Tôi lấy gói thuốc, bốc một điếu chìa về phía Vinh.

"Không. Tôi không hút thuốc."

"Không hút thuốc, không uống rượu. Ông là một chiến sĩ đầy thánh tính."

"Sao ông không nói thêm rằng tôi còn là một người rất ghét cờ bạc và trai gái?"

"Cờ bạc thì tôi biết là ông không ưa từ lâu. Còn phụ nữ, tôi xin mở một dấu ngoặc!"

"Ông có thể bỏ cái dấu ngoặc ấy được!"

"Vậy thì ông là một vị thánh lạc loài giữa rừng gươm bể dáo!"

"Tôi không thích làm ông thánh. Tôi là một con người bình thường. Tôi có một tình yêu, ông biết. Nhưng tôi chưa muốn tiến tới hôn nhân. Có rảnh rỗi, chiều mai ăn cơm với chúng tôi?"

"Ở đâu?"

"Gần đây. Quán Ngọc Hương ở đường Gia Long. Cơm Bắc Kỳ, không biết cô Uyên của ông có thích không?"

Vinh nhắc đến Uyên chừng như anh biết có một mối tình giữa hai chúng tôi.

"Trời đất! Sao lại có vụ cô Uyên trong đó vậy?"

"Cô ấy là người Nam phải không?

"Không. Ông Phan là người Trung nhưng bà Phan là người Bắc."

"Người ta nói cô Uyên đẹp lắm, ông thấy có đúng không?"

"Xinh thì đúng. Nhưng…, thôi tôi không đính chính đâu. Tôi biết ông ghét giải thích."

Vinh cười. Anh uống một hớp nước ngọt.

"Thăng. Không cần chúng nó nói mới biết. Tôi thấy ông thay đổi nhiều."

"Thật sao? Tôi thay đổi gì?"

"Ông vẫn cười giòn nhưng không vui. Da mặt sạm đen, xấu hơn, khác với màu đen vạm vỡ mà ông vốn có. Ông hết tin đời và tin người rồi phải không?"

"Phải. Bây giờ tôi sống tạm bằng hoài nghi."

"Hoài nghi mà sống có khá không?"

"…"

"Vậy thì tôi nói đúng nhé! Khao gì nào?"

Tôi vẫn không muốn trả lời các câu hỏi của Vinh.

"Bao giờ xong vụ ly dị?"

"Coi như là xong."

"Nếu bỏ qua cái lý ở Tòa án, chỉ xét về tình thì phần lỗi về phần ai? Thăng giận mình không, nếu mình hỏi như vậy?"

Tôi không giận Vinh, nhưng câu hỏi ấy làm tôi bối rối. Lỗi về ai? Mọi người đâu cần suy nghĩ cũng thấy rõ là lỗi ấy về phần tôi. Tại sao? Cũng dễ hiểu thôi. Chị ta hiền lành như thế, nết na như thế, phúc hậu như thế. Còn tôi mặt mũi du côn, du kề, tính tình lang bạt, ngang chướng, bạn gái bạn trai thôi thì đủ loại. Một người như thế dẫn đến một tình trạng gia đình như thế. Sao lại là một kẻ vô tội được. Tôi nhìn chăm mắt Vinh. Từ lâu anh vẫn là người mà tôi tin cậy có thể nói hết những gì chân thật nhất mà đối với kẻ khác tôi vẫn giấu giếm. Vả lại, Vinh vốn có khả năng làm cho người đối diện anh bối rối ngay khi họ muốn che đậy sự thật. Tuy vậy tôi vẫn hỏi anh.

"Trước hết ông có tin tôi không đã?"

"Đừng hỏi tôi câu đó. Tôi tin ông."

"Vậy thì lỗi ấy chắc chắn không ở về phía tôi!"

"Thế còn con cái?"

"Tất cả rắc rối là ở chỗ đó. Tôi muốn giáo dục con cái theo cách của tôi. Nhưng còn mẹ chúng nó? Có thể nào tách một đứa còn quá nhỏ ra khỏi tay người mẹ không?"

"Có thể. Nếu người mẹ ý thức được sự bất lực của mình trong việc giáo dục đứa trẻ. Trong hai người, bà mẹ dễ làm hỏng đứa con hơn người cha. Nhưng trong hai người thì cha chăm sóc con dở hơn bà mẹ. Thăng, tôi tin ông. Ngày mai tôi ra tòa. Nếu không có gì trục trặc, ngày kia tôi trở về đơn vị."

"Cám ơn Vinh!"

Tôi đứng dậy cầm tay anh. Sự hiểu biết của anh làm tôi cảm động. Anh không cần tôi giải thích những đổ vỡ và lỗi lầm. Anh cũng chẳng cần xoi mói vào đời sống tôi. Nhưng tôi tin là anh hiểu tôi, mặc dù chưa bao giờ chúng tôi nghĩ rằng hai chúng tôi là đôi bạn thân tình. Thỉnh thoảng chúng tôi gặp nhau uống một ly nước, họa hoằn lắm mới ăn với nhau một bữa cơm. Hoàn toàn là riêng rẽ, hai người với nhau. Tôi tin cậy Vinh như tin cậy một người lớn tuổi; nhưng tôi rõ là Vinh ít tuổi hơn tôi. Tính bộc trực của anh dễ làm tan những lớp sơn giả dối của kẻ khác. Tôi hỏi Vinh về vụ án bài báo.

"Ông buồn hay vui khi ra hầu tòa?"

"Ngạc nhiên thì đúng hơn!"

"Muốn một bản án như thế nào?"

"Khó nói quá! Nhưng tôi muốn nói ngay tại tòa rằng Mặt trận ở Sài gòn khó chiến đấu hơn mặt trận ở Cao nguyên mà tôi đang hành quân. Dẹp được mặt trận Sài gòn quân lực Việt Nam Cộng Hòa sẽ chiến thắng mặt trận Cao nguyên."

"Thôi, tôi chúc ông như ý!"

"À, đừng quên tối mai ở quán Ngọc Hương nhé!"

"Xong rồi!"

Tôi mở cửa kính bước ra ngoài.

Nắng Sài gòn vẫn chói chang.

Chương 13

Sinh hoạt trong thành phố có vẻ như đang lấy lại phong độ. Con đường chính đã đầy kẻ mua người bán. Từ chợ Bến Thành đi ngược về tòa nhà Quốc Hội, dọc theo đường Lê Lợi là vô số hàng Mỹ bày trên lề đường hay trên các sáp gỗ. Người đi bộ chen nhau qua lối nhỏ, đôi khi dẫm lên cả những cuốn sách bán "xôn" rải đống trên mặt đất. Những tạp chí Playboy, Penthouse số mới nhất in hình phụ nữ lõa thể màu sắc rực rỡ, bên cạnh những tác phẩm văn học dịch từ tiếng nước ngoài như Đỉnh Gió Hú, Cuốn Theo Chiều Gió, Hãy Khóc Đi, Hỡi Quê Hương Yêu Dấu!... Sạp vải vóc bên sạp quần áo cũ. Thuốc tây và dụng cụ y khoa bày la liệt giữa trời chịu nắng và hứng bụi đường...

Tôi dừng lại ở một hàng sách cũ. Chủ quán là một người Hoa quen. Tôi đã mua sách ở đây nhiều lần. Ông ta không đọc được tiểu thuyết bằng tiếng Việt, nhưng ông ta bán sách theo cái cách riêng của ông. Ông cho tôi biết là ông định giá sách theo đôi mắt của khách. Nếu khách mua sách mắt sáng lên về một cuốn đang cầm tay, điều đó có nghĩa là ông có thể bán được giá cao. Còn ngược lại, thì cứ thế mà bán. Tôi luôn luôn được ông dành cho quyền ưu tiên xem trước những cuốn mới nhất - và hưởng giá rẻ đặc biệt. Tôi đưa tay ra dấu chào ông. Và ông mở thùng giấy lục cho tôi một cuốn sách mới.

"Thuyền của Quỳnh Giao?"

'Không!"

"Song Ngoại?"

Tôi lắc đầu.

"Hải Âu Phi Xứ?"

Tôi xua tay.

"Lưỡi Dao Cạo?"

Tôi ra dấu cho ông ta gói sách. Tôi trả tiền, kẹp sách vào nách và đi ngược đường đến quán nước. Nắng chói và hơi người làm tôi khó chịu. Tự nhiên tôi thấy mệt, hơi thở nặng, chân đi không vững nữa. Quán nước đông khách, nhưng không có Nhật, Tâm, Phùng. Tôi trở lại Nguyễn Huệ, đi qua những kiosque gỗ bán hoa. Tôi thấy tôi đứng trước một cao ốc nơi Quỳnh làm việc. Tôi đẩy cửa kính bước vào. Quỳnh đã nhìn thấy tôi và tôi nghe tiếng nàng kêu hốt hoảng.

"Trời. Anh làm sao thế nảy?"

"Tôi đến thăm em mà!" Tôi hơi ngạc nhiên về tiếng kêu của Quỳnh.

"Sao mặt anh tái xanh thế?"

"Đâu? Tôi có gì đâu!"

"Anh ngồi xuống đây đi!"

Quỳnh đẩy tôi ngồi xuống ghế của khách hàng trước bàn, lấy khăn thấm mồ hôi trên trán tôi.

"Trời ơi, anh ốm thật rồi đây này! Người nóng như lửa thế kia mà không sao. Anh chờ em!"

Quỳnh bước vào bàn trong. Cô nói gì đó với một ông lớn tuổi đeo kính cận. Sau cùng Quỳnh trở lại bàn giấy thu xếp hồ sơ và quàng sắc lên vai.

"Đi anh. Em đưa anh về!"

"Về đâu?"

"Anh muốn về đâu?" Quỳnh khựng lại.

"Về đằng em đi!"

Ngồi trên taxi, Quỳnh đan những ngón tay cô lên tay tôi. Đôi mắt cô không vui. Cô quay cửa kính lên và thúc xe chạy nhanh hơn. Nỗi lo âu của Quỳnh làm tôi thấy mình nhỏ lại. Tôi là đứa bé sớm xa gia đình. Năm lên sáu tuổi đã chạy giặc Pháp, lạc trong rừng sâu. Cha tôi thì bặt vô âm tín, còn mẹ tôi thì tay xách nách mang hai đứa em tôi. Hồi đó tôi đã tự tìm cách sống giữa lũ trẻ chăn trâu dưới chân ngọn núi Hòn Bò. Người chủ trại, ông Năm Ngũ, có căn nhà tranh bên bố suối và người giúp việc tên Thằng Được -anh khoảng mười lăm, mười sáu tuổi và là người Thượng. Bà Năm Ngũ đã lượm được trong rừng khi bà theo ông Năm đi rẫy, vì thế bà đặt anh tên Được. Tôi sống ở đây không bao lâu thì được một tiểu đoàn Biệt Động Lê Dương hành quân qua đây, và một người lính già lượm tôi đem về nuôi. Tôi đã sống như một đứa con hoang tự tìm lấy miếng ăn. Khi người lính lê dương già trả tôi về với gia đình, tôi trở thành một đứa bé có trách nhiệm với hai đứa em. Tôi phải chăm sóc chúng mọi thứ và nhất là không để cho chúng khóc. Mẹ tôi ghét nghe tiếng khóc. Bà có một hàng chạp phô nhỏ, buôn bán đổi chác với đám người từ các làng quê gần đó xuống thị trấn mỗi sáng. Chưa đầy mười tuổi tôi đã trở thành một "cậu nội trợ" bất đắc dĩ. Khi việc buôn bán của mẹ tôi bắt đầu kha khá, bà thuê người làm và cho tôi đi học trở lại. Tôi là đứa học sinh lớn tuổi nhất và to xác nhất trong lớp. Nhưng nhờ các vốn chữ nghĩa vơ được từ những ngày theo người cha nuôi tôi học nhanh, đổi lớp giữa niên học, được thầy giáo khen giỏi và bị tụi bạn ghen tị. Thị trấn tôi sống lúc bấy giờ là một quận nhỏ nằm trên ngã ba của trục quốc lộ số một và mười ba.

Một hôm mẹ tôi gọi tôi ra ngoài cửa hàng, nói với tôi bằng một giọng đầy nước mắt là đã đến lúc tôi phải tự lo liệu lấy đời sống của tôi, bởi vì mẹ còn phải nuôi mấy em nhỏ, cha tôi thì say sưa tối ngày, không đưa tiền mua rượu cho ông thì ông chửi, nhưng nếu mua rượu cho ông rồi ông uống xong ông cũng chửi. Bà nói "nếu con giúp mẹ một tay để nuôi các em càng tốt, nhưng con còn nhỏ quá, con phải đi học để có chút chữ nghĩa trong bụng làm vốn mà sống chớ bắt con ở nhà thì mẹ không đành". Sau đó, với một số tiền nhỏ dắt túi, bà mang tôi vào Nha trang, quê hương của cha tôi, gởi tôi cho ông chú bà thiếm và bỏ tôi ở đó. Chú tôi là một công chức có địa vị lão làng ở tỉnh. Nhà chú đông con, thiếm tôi thì bệnh tật rề rề, một mình chú nuôi đàn con đã khốn khổ lại phải gánh thêm một miệng ăn là tôi, càng làm chú thiếm tôi vất vả thêm. Cho nên tôi tiếp tục đóng vai đứa bé vừa đi vừa hôn lên vết thương trên bả vai mình vì biết rằng chẳng ai thương ta. Và bãi cát trắng, những cây dừa, biển xanh luôn luôn là bạn trung thành nhất đời tôi. Có những trưa trốn học tôi ngồi ở biển nghe tiếng sóng vỗ vào bờ như những tiếng thì thầm vô tận của một người đàn bà đang yêu. Từ nhà Bưu điện, tôi lội trên cát đi mãi xuống qua Ho6tel Beau Rivage. Gió biển mát làm no buồng phổi nhưng dạ dày tôi thường là lép kẹp. Tôi chui vào những bụi dương nằm ngủ quên trên những tờ báo. Tôi đọc tiểu thuyết Nhất Linh, Khái Hưng, tùy bút Nguyễn Tuân... Tôi mê thơ Huy Cận, Đinh Hùng... Những bài thơ thời kháng chiến chống Pháp của Quang Dũng, Hữu Loan, Yên Thao, Hoàng Cầm... cũng làm tôi ngất ngư. Văn chương ấy, thiên nhiên ấy nuôi tôi bằng mơ mộng. Tôi lớn lên bằng những thực phẩm là gió biển, là truyện và thơ. Tôi thụ động tiếp nhận thứ món ăn vốn không làm no ai... Và như thế, tôi tiếp tục lớn lên cho đến khi vào đại học, tới một thành phố xa hơn, lớn hơn, học những môn học phức tạp hơn, gặp nhiều điều xằng bậy hơn, tôi vẫn đi một mình, đến một mình, tự lo lấy quần áo mà mặc, tự lo lấy sách vở mà học, tự tìm lấy cách sống mà sống. Tôi là con thú hoang, tự chiến đấu để sinh tồn, tự liếm vết thương trên thân thể mình do kẻ khác gây ra để chữa trị. Cho đến khi tôi gặp Lan. Tôi nhìn thấy cái phúc hậu bên ngoài của chị ta, tôi nhận thấy được sự chăm sóc có phần quá đáng của chị cộng với cái khí hậu lạnh lẽo của một thành phố miền núi, tôi hiểu thế nào là nỗi cô đơn và sự cần thiết phải có một người khác phái bên cạnh mà từ lâu tôi thiếu. Chúng tôi đi lại với nhau, lén lút như hai kẻ ngoại tình, mặc dù chúng tôi còn đang ở năm thứ ba đại học và chưa ai có một cuộc sống gia đình. Tôi sợ bạn bè biết, sợ giáo sư biết. Tôi sợ tất cả các con mắt dòm ngó của mọi người lên đời sống của chúng tôi.

Tại sao lại có cái thứ tình ái đầy bóng tối như thế? Tại sao có được tình yêu trong tay mà tôi không hãnh diện ngửng mặt nhìn trời. lại cúi mặt xuống đất mà đi?

Hồi đó tôi không hiểu, nhưng giờ thì tôi đã rõ. Cuộc sống chung cho tôi biết một sự thực là cô ta cần được tôi chiều chuộng hơn là chiều chuộng tôi. Cô ta chờ đợi nơi tôi những gì tôi đang chờ đợi nơi cô. Rốt cuộc cả hai chúng tôi đều mong đợi kẻ khác chăm sóc và sự chờ đợi ấy không bao giờ trở thành hiện thực.

Buổi sáng dậy sớm trước khi đi làm, tôi phải tự pha lấy cà phê mà uống, tự mua lấy bánh mì điểm tâm. Buổi tối về phải tự mở cửa để vào, tự nấu nước lấy mà tắm, tự lục cơm nguội mà ăn. Bởi vì cô ta đã đi ngủ và người giúp việc cũng không buồn thức dậy.

Tôi là người khách lạ trong gia đình do chính hai bàn tay tôi gây dựng nên. Tôi đâu có khác gì cái tôi ngày trước khi đi lang thang trên bãi biển Nha Trang tự hôn lấy vết thương trên bả vai mình.

Tôi là một người chồng-độc thân! Cô ta có ghé mắt vào đời sống tôi không? Chắc là có! Nhưng hình như cô ta vẫn còn tiếp tục chờ đợi. Tôi biết rằng cô ta sẽ hoài công chờ đợi. Sợi dây căng ra mãi, quả bóng cứ bị ép xuống mãi, có ngày dây phải đứt, quả bóng phải vỡ. Đó là chưa kể mối liên hệ mong manh kia còn bị cửa đi cửa lại bởi những con dao oan nghiệt và sự thể phải xảy ra đã xảy ra.

Và bây giờ đây Quỳnh không chỉ chăm sóc tôi, cô còn lo âu cho đời sống tôi. Những giọt nước mắt âm thầm của cô ứa ra trên đời sống tôi là cái giá mà tôi không làm sao mua được. Cả Uyên nữa! Cô đâu chăm sóc tôi như một người em lo cho ông anh. Cô chính là bà mẹ ở cái tuổi mà cô chỉ có thể làm một cô gái ngây thơ.

"Em không phải lo cho tôi nữa. Tôi khỏe rồi!"

"Nhưng anh xanh như thế này!"

"Mình đi chơi đâu đi, Quỳnh!"

"Đi chơi? Không được. Anh phải về nhà em cạo gió cho anh. Em biết có bà thầy gừng đánh gió giác hơi hay lắm. Nhé?"

"Không có gừng nghệ gì hết cô bé ạ! Tôi khỏe rồi! Mình đi uống cà phê đi!"

"Không được. Anh phải về nhà. Em cũng cần nói chuyện với anh!" Quỳnh khăng khăng giữ ý định của mình.

Phòng thơm nức mùi dâu tươi, Quỳnh kéo rèm, mở cửa kính, căn phòng sáng hẳn ra. Tôi đứng ở cửa sổ ngó qua rạp Rex. Phía tay trái là bồn nước có vòi phun và mấy cây liễu rũ ngọn, chỗ giáp nhau của đường Lê Lợi và Nguyễn Huệ. Tiệm Po6le Nord ở góc ngã tư, nơi tôi vẫn hẹn Quỳnh.

"Em làm cocktail dâu cho anh nhé!"

Tôi quay vào, để nguyên giầy, nằm lên giường Quỳnh. Gối chăn cô thơm phức. Tôi vùi đầu xuống nệm. Tôi muốn ngủ một giấc. Nhưng tôi thèm muốn Quỳnh. Tôi gọi Quỳnh. Cô đang rửa dâu, cắt khóm tách nho, rắc đường ngâm rượu vang.

"Anh gọi em?"

"Ừ. Em đến đây với anh?"

"Không!"

"Tại sao?"

"Anh đang ốm! Vả lại em chỉ muốn nói chuyện với anh thôi!"

"Thì em đến với anh hẳn rồi nói!"

"Không! Em ngồi đây nói cũng được!" Quỳnh thu mình trong chiếc ghế bành.

"Hãng vừa đưa vé chuyến đi Âu Châu cho em?"

Hôm trước nghe Quỳnh nói tôi tưởng hãng chỉ thăm dò nhân viên, nên bây giờ tuy Quỳnh nói một điều đã được biết trước mà tôi vẫn ngạc nhiên.

"Em thích không?"

"Anh có muốn em đi không?"

Tôi trả lời không suy nghĩ.

"Sao tôi lại ích kỷ đến nỗi không muốn em vui chơi một chuyến? Tôi biết em đã từng ao ước một chuyến đi chơi xa như thế phải không?"

"Phải. Nhưng bây giờ em không còn cái ý thích đó nữa."

Tôi nhổm dậy.

"Sao, em nói cái gì vậy?"

"Em nói là bây giờ em không còn cái ý thích đó nữa/"

"Tại sao? Cái gì làm em thay đổi vậy?"

"Em muốn biết ý kiến của anh!"

"Ý kiến của tôi là: không nên bỏ qua cơ hội. Nhưng bao giờ thì em đi!"

"Đầu tháng tới."

"Em sẽ mang gì về cho tôi?"

"Như vậy là anh muốn em đi, phải không?"

"Tôi có không muốn cũng chẳng được!" Tôi nói mà vẫn không hiểu ý Quỳnh.

"Được chứ anh! Nếu anh không muốn em đi, em sẽ không đi!"

Câu nói của Quỳnh làm tôi hụt hẫng.

"Tại sao lại có cái ý muốn kỳ quái như thế mới được chứ? Em từng nói với tôi là em ao ước được du lịch một chuyến, và giờ đây cơ hội ấy đến mà em lại hủy bỏ vì ý kiến một người khác!"

Quỳnh đứng dậy đến chỗ tôi nằm. Cô áp mặt mỉnh lên mặt tôi, hai tay cô vòng lấy người tôi.

"Em sẽ nhớ anh lắm, bởi vì nếu em đi, em sẽ không bao giờ trở lại."

"Em trốn ai?"

"Trốn anh! Anh lửng lửng lơ lơ, anh không có tình yêu. Còn em, lòng em luôn luôn tưởng nhớ anh!"

"..."

"Anh Thăng? Cái gì đã làm anh thành một con người khủng khiếp như thế?"

Bỗng nhiên tôi cáu lên.

"Cái gì à? Chính đời sống tôi, những kẻ quanh tôi, cái bọn đạo đức giả ấy làm tôi phát tởm!"

"Còn em? Anh không thấy là em đã thuộc về anh sao? Anh thay đổi nhiều quá, anh đã là một người lạ".

Tôi ôm chặt Quỳnh. Tôi hôn cô, dụi đầu vào ngực cô.

"Em rắc rối quá! Trước kia em giản dị bao nhiêu!"

"Tại sao anh không muốn có em bên cạnh?"

"Ai nói với em là tôi không muốn có em bên cạnh?"

"Anh chứ còn ai! Anh muốn em đi xa, anh không còn yêu em. Có phải Uyên đang làm anh nhức đầu không?"

"Em tin như vậy sao?"

"Em tin như vậy. Trực giác của em nói nói với em như vậy!"

"Em có một thứ trực giác kém vô cùng!"

Tôi lật ngửa Quỳnh. Tôi hôn cô cuồng loạn. Hơi lưỡng lự phút đầu, nhưng sau đó Quỳnh hưởng ứng cùng tôi một cách nhiệt tình. Ngực cô săn cứng, thân thể cô mềm mại. Tôi bước vào da thịt Quỳnh với tất cả sức mạnh của tuổi thanh xuân.

"Thăng ơi! Thăng!"

Tiếng kêu của Quỳnh làm tôi bủn rủn tứ chi. Tôi thấy tôi chạy phăng phăng trên một con đường rộng, gió thổi tung tóc tôi ngược về phía sau, những sợi tóc bị gió kéo mỗi lúc một dài ra, dài mãi như một dải lụa đen, bung ra như một cuộn khói và sau cùng biến thành đám mây. Tôi thấy tôi nhẹ phơi phới. Tôi giang hai cánh tay rộng như chim nhảy từ đỉnh núi cao xuống mặt biển xanh dưới kia. Tôi bay như chim, bay hoài, bay hoài không biết mệt. Tôi thấy đôi mắt Quỳnh mở lớn, nụ cười hai lúm đồng tiền, chiếc răng khểnh. Tôi thấy rõ những sợi lông màu đậm trên mép cô.

Có lúc tôi nghe cánh tay trái tôi trĩu xuống và tôi thấy Uyên đu đưa trên đó, tóc nàng dài mướt quấn khắp mình tôi như những sợi rong biển. Có lúc tóc cô là một con trăn dài siết chặt tôi và nuốt chửng tôi. Tôi nghe thân thể tôi nặng nề. Tôi có cảm tưởng hai cổ chân tôi bị ghìm xuống. Tôi nghe toàn thân tôi chạm vào một thảm cỏ, đầu kéo lướt trên những cành lá mềm.

Tôi nghe tiếng mưa rơi ào ạt. Tôi chạm tay lên đồi núi và khe suối cỏ mượt của Quỳnh. Tôi đã rã rời. Quỳnh choàng tay qua người tôi.

"Thăng! Thăng".

Tiếng kêu của cô như vang lên từ một cõi nào xa lắm. Tôi lịm xuống. Và mây, và mưa, và một cõi đá vàng đã hết. Tôi không đủ sức để ôm Quỳnh. Tôi muốn ngủ, nhưng tôi biết tôi không thể ở lại. Tôi phải trở về căn phòng của tôi, dù tôi biết là trời đã khuya lắm, khuya lắm thật rồi.

Chương 14

Ở nhà Quỳnh ra, đã khuya, tôi tấp vào một hàng bánh mì đêm trên đường Lê Lợi. Tôi không đói, nhưng biết chắc chắn là đêm nay thế nào tôi cũng sẽ thức khuya. Những điều Quỳnh nói với tôi hồi chiều làm tôi khó nghĩ. Rồi Quỳnh cũng sẽ bỏ tôi mà đi sao? Trước mặt hay sau lưng tôi, bên phải hay bên trái tôi, bây giờ có còn ai. Quỳnh và Uyên có yêu tôi thực không? Hay đó chẳng qua chỉ là ảo tưởng. Dù sao những người đàn bà ấy đã đến với tôi, nhắc cho tôi biết rằng mình vẫn còn là một sinh vật, giống như những sinh vật khác, đeo trên mặt chiếc mặt nạ có khuôn mặt người. Mà một sinh vật thì dù sao cũng cần có chất dinh dưỡng để sống chớ!

Nhưng ngay khi tôi vừa mở miệng hỏi mua bánh thì một người đàn ông từ trong bóng tối của một chái hiên bước ra, nắm lấy tay tôi.

"Tôi có chút chuyện muốn bàn với ông!"

Giọng nói hắn khá lịch sự, nhưng bàn tay hắn nắm chặt tay tôi, chặt một cách sỗ sàng.

"Ơ!"

Tôi kêu lên, ấp úng. Tôi không hiểu gì hết. Thoạt đầu tôi có hơi ngạc nhiên, nhưng liền ngay đó là cái cảm giác sợ hãi chạy khắp châu thân. Tôi nghe như có một khối đá đang đè trên lồng ngực tôi. Tôi lạnh cóng.

Người đàn ông nhìn thẳng vào mặt tôi. Ngọn đèn vàng của xe bánh mì chao qua chao lại soi không rõ lắm một khuôn mặt chữ điền, cằm bạnh, hai con mắt to, chân mày rậm, gò má nhô xương, mũi gãy. Hắn cao ngang tôi, nhưng vạm vỡ hơn nhiều.

"Ông nghĩ là tôi lầm người, phải không ông Thăng?"

Ngừng một lát, như để dò phản ứng tôi, hắn tiếp:

"Nhưng ông thấy đó, tôi không lầm đâu!"

Hắn cười sau câu nói. Tiếng cười nhỏ giữa một đêm Sài Gòn vắng vẻ trên một đường phố chính mang đầy vẻ hăm dọa.

"Lối này, ông Thăng!"

Hắn đi những bước dài, và gần như là lôi tôi theo hơn là để cho tôi tự do đi.

Đến đường Nguyễn Trung Trực, hắn rẽ phải và sau cùng đẩy tôi lên chiếc jeep đậu sẵn trước nhà hàng Thanh Thế.

"Ông đi đằng này với tôi!"

Hắn nói tự nhiên như đang trò chuyện với một người bạn thân. Ngồi vào xe, hắn cho máy nổ, nhấn ga vọt tới. Chiếc xe chồm về trước, giật mạnh rồi đột ngột thắng gấp. Đầu tôi như muốn đập vào thành kính.

"Chắc cô Uyên và bà Phan đang lo cho ông lắm!"

"A!" Tôi kêu lên, mừng rỡ. Nỗi lo sợ như vừa được cất đi khỏi buồng ngực tôi. Tôi thấy nhẹ hẳn. Tôi thở bình thường. Tôi nhớ lại những gì ông Phan nói với tôi trước ngày ông lên đường đi Hoa Kỳ. Việc ông không muốn tôi ra khỏi nhà lúc đầu có làm tôi hơi lo, sau đó là ngượng, và chỉ mươi ngày sau, nó là một cực hình. Tôi lại ra ngồi quán, lại gặp bạn bè, lại lui tới với Quỳnh. Điều đó Uyên biết. Cả bà Phan nữa. Bà phật ý nhưng vẫn dịu dàng, còn Uyên thì khó chịu ra mặt. Tuy vậy cả hai người, chẳng ai nói gì đến tôi. Những bữa cơm chiều thường vắng tôi và sự vồn vã dành cho tôi lúc đầu tuy không hẳn là đang phai lạt, nhưng rõ ràng là ngày một phai màu. Uyên vẫn chăm sóc tôi, nhưng đôi lúc có cảm tưởng như cô tìm cách tránh né tôi. Tuần trước, sau khi chia tay Quỳnh, tôi trở về nhà khá muộn -đúng vào lúc còi giới nghiêm hụ- tôi để nguyên quần áo giày dép nằm soãi trên giường, bật đèn sáng và không buồn đóng cửa phòng. Cứ thế tôi thiếp đi trong cơn mê, nối tiếp những phút giây khoái cảm vừa chia sẻ với Quỳnh trên căn phòng trọ. Bỗng nhiên tôi giật mình, có cảm giác như bị ai đang nhìm trộm. Tôi choàng dậy. Đèn phòng đã tắt, cửa phòng đã khép. Nhưng mùi thơm của hương phấn và nước hoa cho tôi biết là Uyên đang ngồi ở đầu giường tôi. Tôi bật dậy, hai tay bó gối. Tự nhiên tôi muốn nói chuyện với Uyên. Nhưng đúng vào lúc ấy, Uyên bỏ chân xuống giường đứng dậy, lẳng lặng ra khỏi phòng. Phải chăng Uyên không bao giờ có thực. Cô chỉ là hình bóng trong một giấc mơ. Cô thuộc về thế giới của mộng tưởng. Tuy vậy, sự xa cách ấy không có nghĩa là giữa chúng tôi chỉ có sự lạt lẽo. Uyên giống như con beo rình mồi ở một khoảng cách vừa tầm để có thể lấy đà phóng tới. Trong những phút giây ân ái, Uyên là con bọ ngựa cái nuốt chửng con đực của mình. Ấy là lúc cô muốn tôi chết đi, tan biến mất tăm trong thân thể.

Từ lúc cho xe chạy, người đàn ông không nói thêm với tôi lấy một lời. Nhưng phần tôi, tôi bắt đầu cảm thấy điều phỏng đoán của mình về tông tích hắn đã không còn chỗ tựa. Bởi vì nếu hắn là người nhà của ông Phan, hắn phải đưa tôi qua Nguyễn Thái Học, tiếp lên đường Lê Văn Duyệt về nhà, đằng này hắn cho xe chạy quanh qua Bùng Binh Chợ Bến Thành, trở lại Lê Lợi. Đến góc Nguyễn Huệ, hắn quẹo phải, đi phía sau lưng mấy kiosque bán hoa, ép sát thương xá Tax, qua garage Charner và thẳng đường xuống Bến Tàu. Nỗi lo sợ lại chạy lan khắp người tôi. Tôi tê điếng.

Gió bờ sông mát lạnh. Nhà hàng nổi Mỹ Cảnh đã đóng cửa, đèn đuốc tắt ngúm. Hắn cho xe leo lề, ngừng sát mé sông, bên cạnh một trụ xi măng lớn dùng để cột neo mấy chiếc xà lan.

Hắn mở một điếu thuốc vỗ vỗ lên hộp quẹt máy. Hắn bật lửa mồi thuốc. Dưới ánh sáng xanh, tôi thấy mắt hắn nhìn tôi.

"Lo không?" Hắn hỏi lạnh lùng.

Thuốc đã cháy, nhưng hắn vẫn để ngọn lửa sáng phần phật theo chiều gió. Tôi nhìn chăm vào mắt hắn cho đến khi ngọn lửa tắt phụp trong nắp hộp. Qua bóng tối, cái nhìn tinh quái của hắn như vẫn còn phóng về tôi.

"Không lo sao?" Hắn lập lại câu hỏi. Ngón tay cái của hắn bật lên đẩy xuống nắp hộp quẹt, gây ra những tiếng kêu khô và chat:

"Tôi không phải người nhà ông Phan". Hắn nói chậm rãi như đọc. Hắn đã xác nhận điều tôi nghĩ. Và thật nhanh, tôi liên tưởng đến ông Lý. Tôi thấy những gì ông Phan nói đang trở thành sự thực. Ông Lý là người ít nói, với ông, hành động mới là điều đáng kể, còn kỳ dư là đồ bỏ. Và nếu quả thật đây là ý muốn của ông, tôi nghĩ là số phận mình coi như cũng đã xong. Trời lạnh nhưng tôi nghe mồ hôi rịn ướt hai tay.

Tôi thấy hắn kéo một vật cộm ở thắt lưng ra và đặt lên đùi. Một khẩu súng ngắn.

Hắn không nhìn tôi. Hắn tiếp tục hút thuốc, thở khói, mắt ngó thẳng ra mặt sông Sài gòn. Tôi biết bên kia là Thủ Thiêm, nơi tôi chưa bao giờ đặt chân đến, dù đã ở Sài gòn hơn mười lăm năm.

"Làm cho một người nào đó biến mất trên cõi đời này mà không để lại một dấu tích nào cả, đó là nghề của tôi."

Hắn lạnh lùng nói, mắt không buồn nhìn tôi. Tôi ngồi lặng, người đông cứng. Sự sợ hãi là những con kiến nhỏ bu ngoạm khắp châu thân tôi. Tôi nhớ con mắt căm hờn của Uyên khi nhìn tôi một buổi tối về muộn. Tôi nhớ ông Lý, nụ cười độ lượng. Cái giọng xưng ba ngọt ngào. Tôi nhớ rõ cách mời rượu của ông mà có lần tôi đã chứng kiến ở một quán ăn. Tôi nhớ cách chào hỏi xưng hô của những chức sắc cũng như những tay anh chị khi gặp ông... Vậy ra hắn là người của ông Lý sao? Có thể lắm chứ? Tại sao không?

"Có một điều tôi cần cho ông biết: Cái giá làm ông biến mất khá cao, mà bất cứ ai nghe đến cũng đều khó mà chối từ. Tiền và tình của một người đàn bà. Chắc ông hiểu đó là ai? Tôi đang cần tiền và đàn bà loại đó tôi cũng muốn biết qua. Nhưng trường hợp ông, tôi thấy khó xử."

Hắn ngưng lại bất ngờ, lấy điếu thuốc ra khỏi môi và búng xa xuống mặt sông. "Mùa thi năm 70 ở Biên hòa, tôi chịu ông một món nợ. Tôi là người phân minh, trắng ra trắng, đen ra đen. Oán phải trả, nhưng ân không thể không đền..."

Mùa thi năm 70 ở Biên hòa? Không, tôi không nhớ gì. Đối với tôi, mùa thi đáng nhớ là mùa thi ở Nha Trang, nơi tôi gặp Quỳnh. Và mối tình chúng tôi bây giờ đang là mối bận tâm lớn nhất đời tôi. Tôi nhìn hắn. Tôi chờ đợi một lời giải thích thêm. Nhưng hắn vẫn lặng thinh.

Một lúc sau, hắn đột ngột cất tiếng.

"Ông không nhớ, đó là quyền của ông, nhưng người chịu ơn ông là tôi, tôi có bổn phận không được quên!"

Hắn đã dẫn tôi đi từ ngạc nhiên này đến ngạc nhiên khác.

"Ông Thăng, mùa hè 70 ở Biên hòa, người thí sinh làm bài thi với một quả lựu đạn trên bàn là tôi..."

"A! Trời ơi! Thiệt sao?" Tôi kêu lên. Mùa thi. Một thí sinh. Một quả lựu đạn. Tôi nhớ ra rồi. "Phước! Có phải Ngô Văn Phước không?"

"Như vậy là ông có nhớ tôi. Ông Thăng. Cám ơn ông! Phải, tôi là Ngô Văn Phước đây! Ông đã cứu tôi trận đó!"

Trận đó là một mùa thi. Vào giờ cuối của buổi chiều, ngày chót kỳ thi Tú tài hai, người ta đưa lên phòng Hội Đồng Giám Thị biên bản đánh trượt và cấm thi ba năm thí sinh Ngô Văn Phước. Lý do làm bài với một quả lựu đạn đặt trên bàn. Quả lựu đạn đã bị Quân Cảnh tịch thu vì Phước là một quân nhân. Phần chế tài Phước bên quân đội tùy thuộc vào biên bản của Hội Đồng Thi. Trong khi tôi đọc biên bản chờ các đồng nghiệp buộc gói bài thi, thì có tiếng gõ cửa. Một người lính trẻ cao lớn ăn mặc gọn hàng bước vào. Anh chào tôi trong tư thế nghiêm và hỏi:

"Tôi muốn được nói chuyện với ông Chủ tịch Hội đồng Giám thị."

Các đồng nghiệp ngừng tay hết nhìn người lính rồi lại nhìn tôi. Tất cả đều như đông lại.

"Tôi tên Ngô Văn Phước, người làm bài thi với một quả lựu đạn!" Anh tiếp.

Nói xong, anh bước thẳng đến chỗ bàn tôi:

"Tôi có thể trình bày lý do tại sao tôi *phải* làm bài với một quả lựu đạn không, thưa ông Chủ tịch?"

Tôi hoàn toàn bị động ngay từ khi Phước bước vào.

"Tôi nghĩ biên bản mà ông Giám thị lập tại phòng thi lúc nãy cần phải có chữ ký của tôi."

Tôi cúi xuống tờ giấy. Quả thật là chưa có chữ ký của Phước. Một bạn đồng nghiệp đến sau lưng tôi nói qua vai rất khẽ:

"Thí sinh phạm lỗi không chịu ký, chớ không phải thiếu chữ ký."

Tuy ông ta nói nhỏ, nhưng Phước đã nghe và phản ứng ngay:

"Đúng, tôi không chịu ký vì biên bản không ghi rõ sự thật về trường hợp quả lựu đạn trên bàn tôi. Thứ nhất quả lựu đạn ấy không đi kèm với việc gian lận bài thi. Tôi đã làm xong bài trước khi đặt quả lựu đạn lên bàn. Thứ hai ông Giám thị này, Phước chỉ vào mặt người vừa nói, suốt mấy buổi thi liền luôn luôn lăng xăng chạy qua chạy lại gần như có mặt thường trực ở phòng thi tôi. Người cần làm biên bản là ông đó. Người gian lận chính là ông đó, vì ông gạ bài và đưa bài giải sẵn cho thí sinh Nguyễn Công Phương ngồi bàn phía sau tôi và cứ án ngang chỗ tôi, khiến tôi khó khăn trong khi làm bài. Tôi đã nhiều lần nhắc ông ta, nhưng ông ta không nghe. Tôi muốn hỏi các ông ở đây, người Giám thị có quyền bám riết một phòng trong suốt các buổi thi không? Và ông này, Phước lại chỉ vào mặt người lúc nãy, xin ông công khai cho biết ông bán bằng cấp Tú tài cho Nguyễn Công Phương với giá là bao nhiêu?"

Tôi hiểu tôi phải làm gì trong trường hợp đó. Tôi đã giải tỏa Phước ra khỏi cái biên bản quái đản kia, nhưng thất bại trong việc chứng minh sự bất chính của người Giám thị. Tôi không ngờ người Giám thị ấy có gốc rễ lớn. Đụng vào anh ta, tôi đã chịu vào một ổ kiến lửa. Nhưng tôi cần gì. Ngạch trật không phải là cứu cánh của tôi. Đó là thời gian tôi hiểu câu nói *"Tuyệt đỉnh của sự công bằng, chính là tuyệt đỉnh của sự bất công"* theo một nghĩa khác, tiêu cực nhất và xấu xí nhất.

Sự công bằng của tôi sẽ phải trả một giá đắt nếu không có sự can thiệp của ông Lý. Giờ đây khi Phước nhắc tôi điều đó, tôi chợt nhớ tới những lần khác mà ông Lý cũng đã phải đứng ra can thiệp cho tôi. Sức mạnh của ông Lý trong khi che chở cho tôi, tuy vậy cũng ít tàn bạo hơn là ông chuyển nó sang thành hình phạt đè ập lên đời tôi. Buồn cười thay, sống trong sự ngay thẳng đôi khi cũng đồng nghĩa với làm một điều tội lỗi.

Phước đưa tay lên xem đồng hồ.

"Sắp tới giờ giới nghiêm rồi! Nhưng ông đừng lo. Tôi có giấy đi trong giờ thiết quân luật. Tôi sẽ đưa ông về nhà an toàn. Món nợ mà tôi mắc của ông từ xưa, tôi luôn luôn tự hứa có ngày sẽ trả. Ngày ấy đã đến. Tôi đang đền. Xin lỗi ông Thăng, nếu từ nãy đến giờ tôi có làm điều gì khiến ông khó chịu, xin ông bỏ qua cho. Từ giờ tôi sẽ không gặp ông nữa. Nhưng khi nào ông cần tôi, tôi luôn luôn có mặt. Ngày mai tôi sẽ trả lại cho "người đàn bà ấy" số tiền "đặt cọc" mà tôi đã nhận. Có lẽ "bà ta" sẽ nhờ một người khác. Nhưng ông đừng lo. "Người khác" đó cũng sẽ không phải ai khác ngoài những anh em của bọn tôi."

Phước gắn lên môi một điếu thuốc, bật lửa, mồi, thở khói. Và không lâu, vừa khi tiếng còi giới nghiêm hụ lên, anh ta nổ máy ngay và cho xe chạy hết tốc lực. Trong một thành phố vắng bóng người, Phước cho xe chạy như một người bị ma đuổi.

Ở những khúc quanh, Phước vẫn giữ tốc độ cao khi bẻ tay lái. Tiếng bánh xe nghiến suốt mặt đường làm tôi nhói tim. Tôi ngó nghiêng khuôn mặt anh ta. Lầm lì. Lạnh lùng. Khuôn mặt ấy rất giống Charlton Heston trong cuốn phim *Le Survivant* mà tôi vừa xem tuần rồi ở rạp Rex.

Thả tôi xuống trước cổng nhà ông Phan, Phước nói:

"Chiếc Lambretta của ông sẽ có ngay tại chỗ này vào sáng mai. Chào ông. Chúc ông ngủ ngon!"

Tôi nhìn đám khói bay mù sau xe của Phước. Đêm Sài gòn sau giờ giới nghiêm giống như một rạp hát đã vãn. Tôi đặt ngón tay cái lên cái bấm chuông điện nằm sau trụ cổng. Và chờ đợi.

Chương 15

Người ra mở cửa cho tôi là Uyên.

"Chúa ơi!"

Cô kêu lên, giọng thảng thốt. "Sao anh về trễ thế? Me lo cho anh quá! Có chuyện gì không anh?"

Tôi không muốn trả lời Uyên, lặng lẽ theo cô vào nhà. Cuộc gặp gỡ với Ngô Văn Phước vừa qua vẫn còn nóng hổi trong trí nhớ tôi, và tôi có cảm giác như hình ảnh ấy sẽ còn lâu mới mờ nhạt trong tôi. Dù sao sự im lặng của tôi đã làm Uyên cụt hứng. Cô đi bên tôi bằng những bước ngập ngừng. Vì vậy, khi đến trước cửa phòng mình, tôi phá tan sự đông đặc.

"Cám ơn Uyên!"

"Không có chi!" Uyên đáp lạnh lùng rồi quầy quả bỏ đi.

Tôi đứng yên đó, cô đơn trước căn phòng mình. Tôi có nên vào không? Câu chuyện của Phước hình như mỗi lúc một làm tôi ghê rợn hơn. Sao lại có thể có một người đàn bà loại ấy trên cõi đời này? Chị ta muốn gì nơi tôi. Chúng tôi đồng ý chia tay và phần tôi, tôi đã thuận tình để cho chị ta tất cả những gì chị ta đòi hỏi. Nhưng tất cả những gì chị ta làm, đang và sẽ làm, phải chăng chỉ là chị ta muốn thực hiện câu ca dao:

Bậu ra cho khỏi tay ta

Cái xương bậu nát, cái da bậu mềm.

Mà chị ta là cái thá gì mới được chớ? Một hiền thê của thời đại? Một phụ nữ có giáo dục? Một con người hay là một kẻ chỉ có khuôn mặt người? Nhưng thôi, tại sao tôi lại phải thắc mắc những điều vớ vẩn như vậy. Tôi đẩy cửa vào phòng, bật đèn, cởi giầy, để nguyên quần áo, ngã lên giường. Trần nhà lấp lánh những màu sắc của ảo tưởng. Trí tưởng tượng tôi không sao có đủ khả năng hình dung được một con người như thế. Ông Lý hay ông Phan? Một người say mê tiền bạc, một người đam mê quyền lực. Đối với họ, phương tiện nào cũng tốt, miễn là đạt được mục đích thì thôi. Nhưng còn người đàn bà kia, tiền bạc hay quyền lực? Cái gì đã làm cho chị ta trở nên ghê tởm như thế? Cái gì? Tôi trở mình, nằm sấp xuống. Ở chiếc bàn ngủ là mấy tờ nhật báo và một cuốn sách mỏng. Tôi cầm lên: Góp Nhặt Sỏi Đá của Thiền Sư Muju. Tôi hiểu Uyên đã mua sách này cho tôi. Mấy bữa trước có lần tôi nói với cô là tôi đang tìm cuốn sách của Muju. Uyên hỏi Muju là gì. Tôi nói đó là tên riêng của một người, cũng như cô là Uyên và tôi là Thăng vậy.

"Uyên không tin", cô tiếp, "Chẳng hạn Thăng có nghĩa là lên, Uyên có nghĩa là vực sâu, và Muju cũng phải có nghĩa là gì chứ!"

"Thế thì thua cô. Đúng! Muju có nghĩa là Không Nơi Trú Ẩn."
Tôi cười. "Theo nghĩa đó, Thăng bây giờ không phải là lên, mà là
đồng nghĩa với Muju."

Tôi cũng đang là người không nơi trú ẩn.

Đặt sách qua một bên, tôi nằm sấp, trải rộng mấy tờ báo vừa
ra buổi chiều. Thời sự nóng bỏng vẫn là những trận đụng độ ở
vùng Tam Biên. Giờ giới nghiêm giảm. Trường học sẽ mở cửa lại
vào đầu tháng tới. Ở một mẩu nhỏ trang nhất, tôi đọc thấy tin
vụ án báo chí, và Vinh đã được nhắc tới bằng một luận điệu có
phần hơi chiều chuộng. Không thấy có tin nào nói về việc ông
Phan sẽ trở về.

Tôi nghe chính tiếng thở dài của mình.

Như vậy là lớp học sẽ khai giảng vào đầu mùa đông. Công
việc của tôi rồi sẽ trở lại nhịp độ bình thường nhàm chán như
những năm trước. Sẽ lại có những buổi đứng lớp nhai đi nhai lại
một số kiến thức cũ mèm, những ví dụ đã lập đi lập lại mòn
nhẵn như bánh xe đã mất răng cưa, những buổi đón Đăng và
Mai ở cổng trường tiểu học, những bữa cơm trưa rất ít tiếng
cười của ba cha con. Đời sống ấy đồng điệu đến độ tê liệt cả
thần trí tôi.

Tôi không đau ốm gì, nhưng sau cái đêm trở về từ Bến Tàu,
tôi không bước ra khỏi ngôi nhà ông Phan. Tôi tự chôn mình
trên giường mặc cho tóc tai bù xù, mặc cho những tiếng động
trôi bên ngoài cửa phòng. Tôi đọc hết cuốn sách này đến cuốn
sách khác, nghe hết cuộn băng này đến cuộn băng nọ. Tôi uể oải
mệt nhừ, không buồn cử động, dần dần tôi cũng cảm thấy như
mình đang bệnh thật sự. Như buổi sáng hôm nay, tôi thức dậy
từ rất sớm, nhưng không buồn đặt chân xuống đất. Chiếc đồng
hồ báo thức ở đầu giường với con số ngày và thứ trong tuần

nhắc cho tôi nhớ là tôi đã diện bích khá lâu và ngày trở lại lớp học đã cũng rất là kề cận.

Có tiếng gõ cửa. Tôi nghĩ đó là Uyên, và tôi hơi khó chịu về sự kiểu cách của cô. Những lần trước vào phòng tôi, có bao giờ Uyên gõ cửa đâu. Cô đang còn giận tôi chăng? Mặc kệ. Tôi nằm lì trên giường. Nhưng tiếng gõ cửa vẫn tiếp tục có phần gấp gáp hơn. Còn nghi ngờ gì nữa, chắc chắn người gõ cửa đã không phải là Uyên.

Tôi ngồi dậy, mở cửa.

Bà Phan, phải chính là bà Phan, đang đứng trước mặt tôi.

"Xin lỗi bác, cháu tưởng là cô Uyên."

"Không sao! Không sao! Cháu khỏe rồi chứ?"

"Thưa bác, cháu vẫn bình thường!"

"Người cháu xanh như thế kia. Cháu bị bệnh cũ tái phát phải không?"

Tôi không hiểu. Vậy là tôi bị bệnh thật sao? Và tôi đã mê man đi bao lâu?

"Bác sĩ nói cháu bị *colisques néphrétiques*. Đó có phải là bệnh cũ của cháu không?"

"Thưa bác... vậy là cháu bệnh thật?"

"Thế cháu tưởng là cháu không bệnh à?"

Bà Phan ngồi trên ghế nơi bàn viết tôi và tôi ngồi ở mép giường. Cái việc bà nói đúng căn bệnh cũ của tôi làm tôi bối rối quá chừng. Tôi không biết đâu là mộng, đâu là thực trong mấy ngày qua. Tôi có gặp một người tên Ngô Văn Phước hay đó chỉ là giấc mơ? Và những buổi tối Uyên đến với tôi trong căn phòng này, mái tóc dài của nàng phủ xuống mặt mũi tôi ướp đẫm cái mùi da thịt nồng nàn hân hoan, ập lên người tôi trong một thú vui tuyệt vời, phải chăng chỉ là cơn mộng mị?

"Bác muốn cho cháu biết là có lẽ bác và Uyên sắp đi xa!"

Tiếng bà Phan dẫn tôi trở lại đời thực. Và trong chữ đi xa tôi nghe cách phát âm của bà có cái vẻ nghiêm trọng khác với thường lệ.

"Thưa bác chắc là bác đi du lịch?" Tôi hỏi dè dặt.

"Không phải? Tôi vừa nhận được thư của ông nhà tôi. Ông muốn mẹ con tôi sang bên đó ít lâu."

Tự nhiên tôi liên tưởng ngay đến tấm thiệp mà ông Phan đã gửi tôi với mấy câu thơ của Lý Bạch trong bài *Thục Đạo Nan*. Tôi cũng lờ mờ hiểu tại sao báo chí đã không còn đề cập đến tên ông trong danh sách những ứng viên có thể sẽ đứng ra thành lập nội các. Có phải vai trò ông Phan là làm một thứ hào quang giả để moi ra một ánh sáng thật nhằm đánh lừa những dư luận chính trị trong một tình thế khó khăn của thời cuộc?

"Thưa bác, bao giờ thì bác và cô Uyên lên đường?"

"Chưa định được. Tôi còn khá nhiều việc phải thu xếp. Ông nhà tôi biết tính tôi. Không thích dời đổi. Tôi ở đâu quen đó mất rồi. Lạ nước lạ cái làm tôi khó chịu lắm!"

"Nhưng rốt cuộc rồi bác cũng vẫn phải thay đổi chỗ ở?"

"Còn làm sao được! Xuất giá thì phải tòng phu chứ!"

Như vậy là ông Phan không có lối về. Con đường ông đi quả là con đường vào đất Thục. Tôi nghĩ là ông đã không đi lầm đường, nhưng chắc chắn cờ đã không đến tay ông. Ông nhảy vào một thời thế dầu sôi lửa bỏng mà phần trang bị của ông còn thiếu nhiều thứ quá chăng? Hay ông đang đánh một canh xì phé mà phần thắng sau cùng không bao giờ thuộc về mình vì cả cỗ bài ấy đã được đánh dấu quá tinh vi? Cũng có thể đó là một ván bài đã được trang xếp theo ý của người cầm cái.

Lá bài cuối cùng của ông Phan được rút chắc chắn sẽ phải là một lá bài để thua cho dù đúng đó là một lá bài mà ông mong muốn.

"Cậu Thăng, ông nhà tôi còn nhắn một điều: nếu cậu muốn học thêm, nhà tôi sẽ lo cho cậu một cái học bổng bên ấy. Cậu nghĩ sao?"

"Hấp dẫn!".

Tôi thoáng có cái ý nghĩ đó trong đầu. Quỳnh sẽ bỏ tôi đi. Và Uyên rồi cũng không có con đường nào khác. Tôi bây giờ như một thứ cây mọc ven sông, nhìn những giòng nước chảy miết, liên tu hồ tận. Và bà Phan đang thả cho tôi một chiếc phao.

Đi Mỹ là một giấc mơ của tôi cách đây mười năm. Giấc mơ ấy có còn theo đuổi tôi không? Nhưng có lần tôi từ chối chuyến đi Pháp của ông Lý, và bây giờ lẽ nào tôi nhận chuyến đi Mỹ của ông Phan?

Cửa phòng bỗng xịch mở, Uyên bước vào nhẹ như một chị mèo. Bà Phan ngồi chìm trong ghế bành quay lưng ra cửa, nên không nom thấy Uyên. Tôi đưa mắt cho Uyên biết là có người trong phòng, nhưng cô không hiểu ý tôi. Cô đi thẳng đến chỗ tôi ngồi. Khi nhận ra sự có mặt của bà Phan, Uyên đưa tay lên miệng như che nỗi kinh ngạc. Bà Phan rất trầm tĩnh:

" Ngồi xuống đi con!"

"Con xin lỗi me. Con tưởng không có ai trong phòng."

"Không sao. Nhưng me có cảm tưởng là con không bao giờ gõ cửa khi vào phòng anh Thăng, phải vậy không?"

"Thưa me..." Uyên vẫn đứng cạnh tôi.

Tôi giả lả:

"Bao giờ cô Uyên đi Mỹ vậy?"

"Đi Mỹ?" Cô ngơ ngác. "Uyên đi Mỹ làm gì cơ chứ?"

Tôi cũng ngạc nhiên không kém, nhưng bà Phan trấn an ngay:

"Me chưa kịp cho con biết là bố muốn mẹ con mình sang bên đó!"

"Chúa ơi, bố bỏ Sài gòn mà đi luôn sao?"

"Sao lại đi luôn? Bố bị ốm bất ngờ, phải nằm bệnh viện một thời gian. Bố cần mẹ con mình."

"Nhưng me nhận thư bố hồi nào? Sao me giấu con?"

"Uyên!"

Bà Phan trừng mắt ngó con gái.

"Xin lỗi me!"

"Me không bằng lòng cách hỏi của con. Me cấm con từ nay không được có thái độ hỗn hào đó nữa. Con nghe chưa?"

"Thưa me, con nghe."

Bà Phan quay về phía tôi.

"Phần cháu, tôi muốn nghe ý kiến của cháu."

"Cháu cám ơn bác. Nhưng cháu muốn xin phép bác cho cháu thời gian suy nghĩ trước khi trả lời..."

"Sao?" Bà Phan nhổm người dậy "Cậu không thấy đây là cơ hội tốt cho cậu sao?"

"Thưa bác!..."

Uyên chen vào:

"Thưa me, cơ hội tốt nào dành cho anh Thăng vậy?"

"Uyên, im nào!"

Bà Phan đứng dậy, nắm tay con gái.

"Ừ cháu cứ suy nghĩ cho kỹ nhé! Nhưng nhớ cho bác biết sớm. Thời gian cũng đã cấp bách lắm rồi!"

"Cám ơn bác, cháu xin nhớ lời bác."

Tôi đưa bà Phan ra cửa, Uyên vẫn đứng bên trong.

"Thưa me, con xin phép me con ở lại một chút. Con muốn nói chuyện với anh Thăng."

Tôi không nghe tiếng bà Phan trả lời, nhưng nhìn ánh mắt bà ngó Uyên, tôi hiểu là bà không bằng lòng. Tuy vậy, bà Phan đã bước ra, cầm tay nắm, khép cửa lại.

Tôi quay vô, đứng giữa phòng, Uyên đã ngồi trên mép giường, ngón tay trỏ nằm trong miệng.

Tôi bước mấy bước quanh phòng, rồi ngồi xuống chiếc ghế bành mà bà Phan đã ngồi. Chúng tôi im lặng nhìn nhau không ai nói với ai một lời. Như thế thật lâu, tưởng chừng như thiên thu vĩnh cửu. Nhưng đột nhiên, như một con beo, Uyên phóng tới vòng tay quanh cổ tôi, ôm chặt đầu tôi trong ngực nàng.

"Anh!"

Tôi nghe rõ mùi hương thơm ngát của da thịt nàng. Và đôi môi nàng, mái tóc dài của nàng phủ kín mặt mũi tôi, chùm lấp cả cái đầu óc đang vô cùng bối rối của tôi.

Chương 16

Ở Givral ra, tôi đi ngược đường Tự Do về phía Nhà Thờ Đức Bà. Thánh Đường vắng. Tôi như một tín đồ ngoan đạo giữa những hàng ghế trống, một mình đối diện với Chúa.

Tôi nghĩ đến Quỳnh, đến mối tình mà Quỳnh dành cho tôi. Có lần Quỳnh nói:

"Em yêu anh, nhưng em ghét nói một câu nhà quê như thế. Em muốn sống với anh chứ em không cần sống với tờ hôn thú."

Quỳnh thương các con tôi nhiều hơn là lòng tôi mong ước. Cô chăm sóc chúng như một bà chị cả chăm sóc em, và lo lắng chúng như một bà mẹ lo cho con. Với đôi chân mềm của một thiếu nữ mới lớn Quỳnh thản nhiên đi trên những mũi thép nhọn của dư luận.

Sự thất bại trong đời sống lứa đôi để lại trong tôi lòng căm thù gia đình, nhưng với Quỳnh tôi cảm thấy cái ý nghĩ ấy cần phải được xem xét lại. Hình như tôi luôn luôn ao ước một mái nhà!

Nhưng gia đình là cái gì mới được chớ?

Còn nhớ bữa uống rượu với Tâm, Nhật và Phùng ở một nhà sàn trên sông Sài gòn, Tâm đã nói về gia đình của nó rằng đó là nơi mà người đàn ông có thể trở về nhà để nghỉ ngơi sau những bon chen khốn khổ và khốn nạn của đời sống. Gia đình chính là lò sưởi của người đàn ông, chống lại những cơn gió lạnh lẽo tàn nhẫn của cuộc đời. Gia đình là nơi ẩn trú sau cùng của người chồng, là tấm gương để người cha soi lại hình ảnh mình qua những đứa con. Xã hội tàn bạo nhưng gia đình là tình yêu. Gia đình là điểm tựa sau cùng của niềm tin trong một xã hội tràn đầy hận thù và dối trá.

Tôi chia xẻ với Tâm ý nghĩ gia đình là hòa bình, gia đình không phải là chiến tranh. Và lúc đó tôi thầm ghen với bạn tôi về cái gia đình mà bạn hiện có. Ngọc, vợ Tâm, là một mẫu người đàn bà Việt Nam tiêu biểu: xinh đẹp, yêu con, chiều chồng và có óc hài hước. Chị hiếu khách, rộng rãi nhưng không bao giờ giơ tay quá trán. Tâm làm đồng lương thấp nhưng chị là một phụ nữ vén khéo. Đời sống thanh đạm nhưng không thiếu thốn. Ở chị, luôn luôn tôi nhìn thấy nụ cười. Những lần Tâm đi chơi lâu một vài ngày mới về, lại đem theo cả một đám bạn, chị vẫn vui đùa khi dọn bữa ăn cho chúng tôi. Có lần chị nói:

"Ông chồng bê bối của tôi mà thiếu một hiền thê của thời đại là Ngọc này thì chỉ có cửa nát với nhà tan thôi! Cũng may!"

Chị nói đùa không chút ác ý. Phải nói là tôi thèm muốn một gia đình như gia đình bạn tôi. Và cùng lúc tôi càng thù ghé cái gọi là gia đình mà tôi đã chia xẻ với một người đàn bà được vớt lên từ đống bùn đen của sự nhục nhã.

Mẹ tôi ở xa, quá xa, cho nên những lục đục trong gia đình tôi chậm đến tai bà. Tuy vậy đối với bà chỉ có nước mắt là người sứ giả hòa bình duy nhất được gửi đến trong một trận chiến tranh mà sự đổ vỡ rõ ràng là không thể hàn gắn được. Với tôi, cho đến bây giờ, bà vẫn luôn luôn là người phụ nữ xinh đẹp nhất, tuyệt vời nhất, mặc dù chưa bao giờ trên đôi môi bà có một chút son, trên gò má xanh xao bà có được chút phấn hồng, đừng nói chi một vòng cẩm thạch, một chiếc kiềng vàng. Bà chỉ có sự giàu có về nỗi khổ đau, và cha tôi luôn luôn là người thừa thải thứ tài sản ấy để có thể cung cấp cho bà những tặng phẩm nước mắt. Ông là nỗi hãi hùng của cả nhà. Hoặc là ông không uống rượu và ông lặng thinh như đá. Hoặc là ông uống rượu và ông chửi bới. Không, ông không chỉ chửi bới những lời cay nghiệt. Ông rượt chém mẹ con tôi bằng dao nhà bếp và rựa vót mây.

Ông như là ma quỉ, là diêm vương, là bóng tối. Tôi có bao giờ đi lại con đường ông đã đi? Tôi ghét chính trị, tôi thù rượu chè, tôi căm phẫn những bữa cơm gia đình dưới bóng đèn tròn màu vàng ám mà mỗi người gầm đầu xuống những chén cơm đã nguội được chan bằng nước mắt và câm nín. Có lần nào trong đời tôi, tôi lập lại những điều ghê gớm ấy đâu! Tôi mang đến nụ cười thì thấy trả lại bằng nỗi lạnh băng. Tôi đem đến sự tin cậy chỉ được đền đáp bằng điều phản bội.

Tôi nhớ anh tôi. Đó là người đàn ông để lại trong tôi nhiều dấu ấn. Anh khỏe mạnh, cương quyết, thẳng thắn và rộng lượng. Anh là hình ảnh của một thỏi thép: cứng rắn và không biết lùi bước trước bất cứ một trở lực nào. Anh hiểu biết và sẵn sàng giúp đỡ mọi người. Anh yêu mẹ, thương em và rất can đảm khi phải đối diện với cha tôi. Tôi thấy rõ là cha tôi chỉ nể có mình anh. Nhưng, sự thẳng thắn của anh tôi không phải lúc nào cũng có người chia xẻ. Đời sống xã hội của sự giả trá khó chấp nhận một sự thẳng thắn kiểu ấy và một tai nạn thảm khốc đã đến đời anh. Đang là một người lạc quan, anh bỗng trở thành một người bi quan cùng cực. Tuy vậy anh vẫn là người duy nhất, ngoài Quỳnh, biết rõ những nỗi khổ tâm của tôi, và những gì anh nói về tôi, về cái thảm cảnh mà tôi đang chịu đựng, về sự đổ vỡ đang đè trên đời sống tinh thần tôi. Tôi biết rằng tôi kính trọng anh hơn tất cả những người mà tôi từng gặp. Anh là người lính dám nói thẳng với cấp chỉ huy của mình về sự tham nhũng và lạm dụng quyền thế. Tôi nghĩ anh và Vinh, bạn tôi, rất gần nhau, nhưng một bên là hành động còn một là lý thuyết. Anh ca ngợi Nhơn, một bạn học thuở nhỏ của tôi, người bác sĩ một mình trấn thủ một bệnh viện và chết giữa những viên đạn của đồng đội chỉ vì dám chống tham nhũng.

Tôi cho tay vào túi áo. Túi tôi cợm lên những tờ giấy chụp lại từ bản chính của Bản Đại Tự Tòa án. Người nữ luật sư đã gửi toàn bộ hồ sơ gồm có Bản Văn được công bố trên một tờ báo chỉ định và Bản Đại Tự ghi rõ tình trạng ly hôn. Đứa con gái ở với mẹ, đứa con trai ở với cha. Nhưng vì đứa con trai còn nhỏ nên quyết định cho người mẹ nuôi giữ. Án phí hoàn toàn do người đàn bà chịu.

Tờ giấy được chờ đợi sau cùng đã có mặt. Ly dị? Tôi tự hỏi còn có sự khôi hài nào nặng hơn? Lấy nhau, đẻ con, chia tay... những động tác ấy trong đời tôi chỉ là một chuỗi lầm lẫn sao? Con người đâu phải là loài vật, đi một chu kỳ sinh hóa đơn giản đến chừng ấy!

Quỳnh, tôi đang thấy lại khuôn mặt em, nghe lại giọng nói đầy tình cảm em. Tôi đang thở trong tôi hơi thở em. Có thật là chúng ta cần nhau không? Có thật là chúng ta sẽ không bao giờ đi lại trên những vết chân lỗi lầm trước đây không?

Ôi, rốt cuộc đi tìm sự yên tĩnh, tôi chỉ gặp có sự náo nhiệt của một trái tim rộn ràng.

Tôi đứng lên, bước qua những hàng ghế trống. Trời đầy mây đen. Bên tay trái, trên cao đồng hồ nhà Bưu Điện chỉ mười giờ, nhưng có vẻ như buổi chiều đang sụp xuống thấp và trên đỉnh những ngọn me bên kia đường.

Tôi đi bộ trở xuống quán nước, kêu một ly cà phê, đổi một đồng xu bưu điện và gọi giây nói cho Quỳnh.

"Em đang làm gì?"

"Em đang không làm gì cả!"

"Sao? Hôm nay không có việc gì để làm à?"

"Không, anh. Em đang bắt đầu ngày phép thứ nhất của em mà!"

"Bao nhiêu ngày?"

"Em đã nói với anh rồi!"

"Bao giờ em đi?"

"Ngày mai!"

"Ngày mai?"

"Thì em đã nói với anh rồi mà!"

"Tôi muốn gặp em!"

"Em cũng vậy, em cũng đang muốn gặp anh."

"Tôi đang ở Givral. Em đến ngay được không?"

"Em đến ngay!"

Đặt ống nói xuống, trở lại bàn, bật lửa đốt một điếu thuốc, tôi nhìn tôi trong kính. Hình như tôi đang thấy một người nào khác. Đâu phải tôi, đôi mắt đó! Đâu phải tôi, khuôn mặt kia? Đâu phải tôi, mái tóc bù xù dài thượt như một người tiền sử! Tôi đó hả? Làm sao tôi có thể tưởng tượng nổi bộ mặt mệt mỏi và đăm chiêu đến thế kia có ngày bị tôi gọi là tôi!

Tôi hút thuốc, nhưng muốn nuốt khói. Tôi cứ phì phà hết nửa điếu này sang nửa điếu khác. Tôi hớp từng ngụm nước cà phê, nhấn nha trong những hình ảnh và ý tưởng rời rạc. Tôi đeo kính mát lên mắt. Tôi gỡ kính xuống. Đủ quá rồi! Vẫn là tôi. Tôi nhớ đến đôi mắt Đăng nhìn tôi trong một nỗi buồn kỳ lạ. Tôi liên tưởng đến chiếc miệng nhỏ nhắn chất đầy câu hỏi của Mai, những câu hỏi làm tôi ứa nước mắt.

"Sao ba không ở nhà với tụi con?"

"Má chửi tụi con cả ngày!"

"Tối nay ba ngủ với tụi con nghe ba!"

"Sao ba ốm quá vậy?"

"Ba đừng để râu nữa. Cái mặt có râu ghê thấy mồ! Cái áo ba đứt nút rồi nè. Để con lớn con học giỏi, con đi làm, con nấu cơm ba ăn, may áo ba bận, chịu hông ba?"

Bây giờ tôi đã có trong tay Bản Đại Tự. Đối với tôi, tờ giấy ấy là nhát dao sau cùng cắt đứt một sự chịu đựng về mối giây liên hệ đã kéo dài quá lâu. Những cái còn lại không phải là giữa hai người lớn. Cái đau xót dai dẳng chính là hai đứa bé…

"Anh!"

Tiếng kêu làm tôi giựt mình. Quỳnh đã đến và đứng đó tự bao giờ.

Đặt chiếc xắc tay lên bàn, cô kéo ghế ngồi đối diện tôi:

"Anh đang nghĩ gì mà em đến không biết?"

"Hút thuốc."

"Hút thuốc? Em thấy rồi, nhưng anh nghĩ gì khi hút thuốc?"

"Hút thuốc có nghĩa là không nghĩ gì!"

"Lẽo mép!"

"Em uống gì? Sprite há?"

Quỳnh gật đầu.

"Lúc này anh biến kỹ quá! Em tìm khắp các quán nước mà không thấy anh!"

"Vẫn ở nhà bác Phan."

"Em có gọi điện thoại, nhưng cô Uyên nói anh không có ở nhà!"

"Thiệt không?"

"Thật . Cô Uyên kiểm duyệt kỹ nhé!"

"Cô ấy nói gì?"

"Chẳng nói gì. À! Cô ấy mời em dự sinh nhật."

"Của ai?"

"Của cô ta chứ còn ai!"

"Bao giờ?"

"Tối nay. Anh không biết thật à?

"Không!"

"Thật?"

"Không. Không biết. Nhưng em đã nhận lời rồi chứ?"

"Tất nhiên là nhận lời!"

"Tại sao tất nhiên?"

"Mà tại sao em không nhận lời mới được chứ?"

"Thôi, không vòng vo tam quốc nữa. Tôi muốn cho em biết một điều. Tòa đã xử xong. Hiện tôi đã có Bản Đại Tự."

"Ồ!" Quỳnh kêu lên kinh ngạc. "Mà anh có từ bao giờ vậy?"

"Hôm qua. Em thấy sao?"

"Mừng cho anh!"

"Tại sao?"

"Thế anh không mừng ả?"

"Dửng dưng."

"Sao trước kia anh hăm hở thế?"

"Bây giờ thì cũng chỉ là vô ích thôi! Cái trước đây mình tưởng là cần lắm, giờ đây đã không còn cần nữa!"

"Em không hiểu!"

"Em không hiểu? Anh cần gì Bản Đại Tự với Tiểu Tự chớ! Nếu chỉ cho bản thân thì cái Đại và Tiểu kia có thay đổi được gì nơi   anh   chớ?"
"Vậy theo anh Bản Đại Tự ấy cần cho em à?"

"Anh không muốn nói như vậy. Nhưng chẳng lẽ mình tìm nhau để nói chừng ấy câu chuyện à?"

"Em nhớ anh!" Bỗng nhiên Quỳnh cầm tay tôi. "Em nhớ anh vô cùng, Thăng ơi!"

Tôi nắm ngược lại bàn tay Quỳnh kéo về phía mình, cúi xuống hôn lên những ngón tay dài xanh xao của Quỳnh.

"Có phải là ngày hôm nay là ngày cuối mình gặp nhau không?"

"Cứ cho là như vậy đi. Anh không thấy nhớ em sao?"
"Tại sao em cứ muốn tôi phải nói là nhớ em?"

"Một ngàn lần em muốn nghe anh nói như vậy, mặc dù thực tế có thể là anh không nhớ em?"

"Tôi biết là tôi không thể quên em!"

"Anh vẫn nhất định không chịu nói là nhớ em?" Quỳnh cười.

"Tôi muốn mời em một bữa cơm tạm biệt!"

"Ngay bây giờ?"

"Phải ngay bây giờ!"

"Không được!"

"Tại sao?"

"Em còn bao nhiêu việc phải làm trước một chuyến đi xa thế này! Em chỉ muốn ngồi đây nhìn anh, bởi vì em biết là mình đã mất nhau."

"Em nói gì vậy?" Tôi vẫn giữ tay Quỳnh trong tay tôi.

Bỗng nhiên Quỳnh rút tay lại, đứng dậy, quàng sắc lên vai.

"Thế nào tối nay em cũng sẽ về dự sinh nhật cô Uyên. Nhưng xin anh coi như chúng ta đã uống với nhau một ly nước tạm biệt ở đây."

"..."

"Em muốn đến nhà Kỳ Đồng đưa Đăng và Mai đi ăn kem. Em muốn hôn các cháu trước ngày lên đường. Chắc chắn là em sẽ nhớ chúng nó lắm!"

"Tôi muốn nói chuyện với em. Tôi muốn đi với em một quãng!"

"Em tự về một mình được. Từ nay em sẽ tập sống với không một hình bóng ai trong đầu!"

Quỳnh mang kính mát lên mắt, che kín cả khuôn mặt, mở cửa bước ra ngoài.

Chương 17

Chợ Đủi chiều thứ bảy có cảnh tượng của một đám giỗ nhà quê. Ánh nắng sắp tắt của mặt trời chiều rất thích hợp với không khí một bữa nhậu trong làng. Bàn ghế lổng chổng, xô lệch, chỗ ngồi tạm bợ. Cả đám bạn tôi, dân quán Cái Chùa, kéo rốc hết ra đường Trần Quý Cáp. Chúng nó nói hôm nay sẽ bắt tôi say nhừ một trận.

"Lý do?" Tôi hỏi.

"Tại sao cần phải có lý do?" Tâm hỏi lại.

"Tao ghét say rượu lắm!"

"Dạy Triết mà không biết say rượu sao gọi là dạy Triết!" Nhật nói móc.

"Tại sao?"

"Người không đam mê rượu khó mà giảng thành công một bài tâm lý đam mê!"

"Úi dà! Hôm nay nhà báo còn dạy tôi cả cách dạy học nữa! Ghê gớm! Thiệt là ghê gớm!"

"Mày công nhận là người ta chỉ nói và viết thành công về những gì người ta đã có kinh nghiệm. Phải không?" Tâm chen vào.

"Mày công nhận là những bài phóng sự chiến trường của thằng Nhật được viết từ kinh nghiệm sống của nó, chớ không phải viết từ tưởng tượng phải không?"

"Đúng quá!"

"Tao đếch tưởng tượng nổi một thằng ngồi xa lông trong phòng trà mà lại có thể viết được một trận đánh nếu chính hắn không kinh qua chiến trường đó. Phải không?"

"Đúng quá đi chớ!"

"Tao đếch tưởng tượng nổi chuyện "phê" với không "phê" khi làm một phát tuyệt vời. Phải không?"

"Đúng! Nhưng mày nói xong chưa?" Tôi hỏi gặng.

"Còn nữa. Nhưng thôi, như thế cũng tạm đủ. Tao chỉ muốn chứng minh là thằng Nhật nói đúng thôi. Mày không đam mê thứ gì cả sao mày có thể nói cho người khác hiểu đam mê là cái gì?"

"Nhưng mà… tao muốn hỏi ngược lại một chút" -Phùng chen vào- "Phải chăng, chỉ có rượu mới là đối tượng duy nhất của đam mê trên cõi đời này?"

"Bệnh nhau quá! Đồng hội đồng thuyền có khác!" Nhật lắc đầu.

"Thầy hai kêu chi thầy hai?" Tôi thấy chị chủ quán đứng sau lưng Tâm khá lâu, chị hỏi Nhật bất ngờ giữa lúc câu chuyện bắt đầu sôi nổi.

"Sao chị hỏi sớm quá vậy?" Nhật nói mắc.

"Thầy hai thông cảm thầy hai. Mấy cha nội ở bàn kia cho chó ăn chè, em phải dọn mà! Lu bu quá! Thầy hai kêu chi thầy hai!"

"Giỡn chơi chị thôi. Mượn chỗ này ngồi nói dóc chút, không kêu chi được không?" Nhật tiếp tục chọc.

"Tự nhiên thầy hai, nhưng..." Người chủ quán cười giả lả.

"Nhưng sao? Nhưng cái gì?"

"Nhưng mấy thầy uống đâu cũng vậy, uống em em biết ơn!"

"Trời! Uống chị? Uống chị là uống làm sao?" Nhật lại tấn công.

"Ông nội này làm luật sư chắc! Bắt bẻ quá "chời" qua đất "dzậy!" Chị chủ quán trả lời, giọng đã hơi giận.

"Thôi giỡn vậy đủ rồi! Chị cho một két ba mươi ba và một dĩa gà xé phay." Tôi nói.

"Có hột vịt lộn không?" Nhật tiếp tục đùa cợt.

"Dạ có!" Chủ quán sốt sắng hẳn.

"Cho tôi chục hột tráng miệng!" Nhật nói, mặt lập nghiêm.

"Cha ơi, Ông nội này chưa uống đã say mèm rồi!" Chủ quán quay quả bỏ vào trong.

"Sao hôm nay mày có vẻ khùng quá vậy Nhật?" Tôi hỏi nửa đùa nửa thật.

"Có gì đâu. Nó thương bạn bè hơn thương vợ con nên con vợ nó làm nó khổ" Tâm giải thích.

Bia và hột vịn lộn đã được mang ra. Nhật khui rượu đổ vào ly tôi.

"Tao với mày! Uống đi, rồi cũng thế thôi!"

"Thế thôi là sao?" Tôi hỏi.

"Là chả có cái con mẹ gì trên cõi đời này hết! Thằng nào có cách sống của thằng đó. Mày không khốn khổ hơn tao. Nhưng tao cũng chẳng sung sướng hơn mày!"

"Bá láp!" Tâm cự, đưa ly cụng vào ly tôi. "Tụi bây bá láp tuốt luốt! Làm chó gì có sự khốn khổ với sung sướng trên cõi đời này. Tất cả đều là dối trá hết! Thôi "dzô" đẹp cái coi!"

"Dzô thì dzô, thằng nào sợ thằng nào!" Nhật cà khịa với Phùng.

"Mày biết tin gì chưa Thăng?" Phùng hỏi tôi.

"Tin gì?"

"Thứ Hai tới, trường mở cửa lại rồi."

"Sao mày biết?" Tôi ngạc nhiên thật.

"Báo đăng. Mày không đọc báo à?"

"Có, nhưng không chú ý. Thật ra tao ước gì Bộ giáo dục cho nghỉ thêm vài tháng nữa."

"Nghỉ lâu vậy mà chưa đã à?"

"Chưa. Bộ mày đã rồi hả?"

"Đã cái nỗi gì! Chỉ mới nghĩ đến tiếng chuông reo vào lớp tao cũng đã rợn cả người nói chi chuyện ngày nào cũng phải nghe nó!"

"Vậy sao hỏi tao chi một câu ngu như vậy?"

"Sướng nhé! Vậy là mấy "cụ đồ" hết thất nghiệp nhé!" Nhật nheo mắt chọc Phùng và tôi.

"Sướng cái con khỉ! Tao đang chán đời muốn chết đây!"

Tâm không uống bằng ly, mà cầm cả chai lên nốc. Nắng chiều đã tắt nhưng chiếc kính đen vẫn còn ngự trên sóng mũi hắn.

"Mày mà cũng biết chán đời sao thằng công tử?"

"..."

"Vậy chớ mối tình của mày đâu rồi?"

"Mối tình nào?" Tôi hỏi.

"Trời đất! Vậy chớ mày có hết thảy mấy mối tình?" Tâm kéo kính xuống sóng mũi, ngó tôi.

"Tao đâu có mối tình nào!" Tôi chống chế.

"Giả mù sa mưa, bạn!" Tâm tiếp tục tấn công.

"Vậy chớ con gái ông Phan mày bỏ đâu?"

"Ăn thua gì tới tao!"

"Không phải mối tình lớn à?"

"Lớn cái con khỉ!"

"Ê, hôm nay nhậu cấm quạu à, bồ tèo!" Nhật chen vô. "Nhưng nói vậy chớ tao biết tại sao hôm nay thằng Thăng bứt rứt."

"Tại sao?" Tôi hỏi.

"Sắp làm một màn Vĩnh Biệt Tình Em phải không?"

"Với ai?" Tâm hỏi.

"Con gái nhà ông Phan". Nhật nói chậm rãi, mắt nheo lại.

Phùng giở mắt kính cận ra, rút khăn tay chùi đi chùi lại, cười thích thú.

"*Nàng* đi đâu?" Hắn hỏi, nhìn chăm vào mặt Nhật.

"Đi Huê Kỳ!"

"Thiệt không mậy? Sao không cho anh em hay? Tụi tao kẻ ít người nhiều góp tiền phúng điếu?" Tâm nói xỏ.

"Thằng này nhà văn mà ăn nói giọng điệu như Hồ Tam Kỳ Cống Bà Xếp!" Tôi trả lời Tâm nhưng chọc mối đau thương của Nhật.

"Mày nói gì? Hồ Tam Kỳ Cống Bà Xếp là ai vậy?" Tâm hỏi tới.

"Thế ra cậu chưa nghe chuyện Hồ Tam Kỳ Cống Bà Xếp à?" Nhật hỏi.

"Không lẽ là chuyện của mày?" Tâm hơi ngạc nhiên.

"Chứ của thằng nào ở đây?" Nhật đánh ực một hơi cạn ly bia.

... Hồ Tam Kỳ là một tay anh chị khét tiếng vùng Nguyễn Thông - Kỳ Đồng - Cống Bà Xếp. Hồi đó, vừa lấy vợ xong ít lâu, Nhật quyết định dời Biên Hòa về Sài Gòn, nơi anh có nhiều bạn bè và vô số điều vui chơi mà anh không thể không biết được. Một buổi chiều Nhật xách Honda chạy lớ ngớ tìm nhà trên đường Kỳ Đồng. Khi đi ngang qua nhà thờ Dòng Chúa Cứu Thế gần tới góc Nguyễn Thông, thì nghe một cái rầm như trời giáng. Nhật té xuống mặt đường, chiếc Honda còn chạy thêm một đoạn mới ngã. Nhật cảm thấy có một cái gì đè nặng ở ngực. Giường mắt lên anh thấy một bàn chân đi giầy đen mũi nhọn đạp dẫm nghiến lên đó. Dò theo cổ chân gầy còm đầy lông lá, Nhật thấy một thanh niên cao lớn, mặt bành như cái nia, rỗ chằng rỗ chịt, tóc tai lởm chởm, một tay sỏ túi quần, một tay đang quây vù vù sợi xích sắt cọng bự.

Hắn thấy Nhật mở mắt, ngừng quây sợi xích, cúi xuống gần mặt anh hỏi:

"Mày biết ông là ai không?"

"Không!" Nhật trả lời. Mắt anh hơi mờ vì máu ở trán chảy dòng xuống.

Hắn quất một cái xuống vai Nhật.

"Ai cho phép mày tới địa phận của ông? Mày không biết ông thật à?"

"Không!"

"Vậy thì ông cho mày biết!"

Nhật nghe đau nhói cả bả vai. Anh lăn một vòng cố hất chân tên du đãng, nhưng vô ích, chân hắn như bắt vít vào ngực anh. Cả người anh ê ẩm, đau nhức. Anh nghe tiếng cười.

"Bảnh! Vậy mày biết ông là ai chưa?"

"Chưa!"

Ự! Hắn phóng mũi giầy vào hông Nhật. Anh lăn một vòng, tai vẫn nghe tiếng cười.

"Nghe rõ đây, ông nội mày là Hồ Tam Kỳ! Bữa nay lần đầu tha. Lần tới đừng lạng quạng ở khu vực này. Bây giờ mày biết ông là ai chưa?"

"Chưa!" Nhật không nao núng.

"Bảnh! Vậy thì ông nhắc cho mày biết!" Hắn quất thêm một vòng xích nữa lên vai của Nhật. Anh nghe đau điếng, Nhật lăn thêm vòng thứ hai sát hàng rào ngôi biệt thự, mắt ước lượng khoảng cách giữa chân mình và bản mặt Hồ Tam Kỳ, rồi thu hết sức trong một lúc bất ngờ nhất, Nhật phóng mình dậy đá song phi vào giữa mặt hắn. Hồ Tam Kỳ ngã đầu né cú đá của Nhật, nhưng đã không kịp. Má giầy của Nhật lướt qua gò má của Kỳ.

"Bảnh!"

Hắn đứng giang chân lấy lại thăng bằng, hai tay cầm hai đầu dây xích căng trước ngực.

"Coi như bữa nay huề! Lần tới nếu bạn cần tiền phúng điếu linh hồn bạn, cứ tới đây!"

Nói xong Hồ Tam Kỳ bỏ đi.

Nhật khó khăn lắm mới dựng nổi chiếc Honda và chạy thẳng lên Tổng Y Viện Cộng Hòa. Nhật đã điều trị ở nhà thương hơn tháng trời. Sau đó trở lại đơn vị bỏ thêm một tháng nữa, mài con dao thật bén cột ở cổ chân dấu dưới ống quần, chùi đi chùi lại bóng loáng hai cây súng ngắn: cây Colt giắt lưng và khẩu Beretta bạc cuộn ở cổ tay đeo đồng hồ.

Nhật đi tìm Hồ Tam Kỳ ở Cống Bà Xếp.

Hôm đó trời chạng vạng tối, đám tiểu yêu ở khu chợ trời Nguyễn Thông chỉ cho Nhật chỗ ở của Hồ Tam Kỳ với giá năm trăm đồng. Đó là một toa xe lửa bỏ phế ở cuối đường.

"Tụi em sợ ảnh lắm! Hôm qua ảnh vừa bẻ cổ một thằng không nộp tiền cho ảnh!"

Nhật không nói gì, anh dựng Honda ở trước một hàng bán đồ Mỹ bày trên mặt đường. Anh mua một chai dầu cạo râu hiệu

Aqua Velva, một hộp Band Aid, trả tiền liền, bỏ tất cả vào giỏ xe phía trước và đề nghị người chủ cho gửi xe có trả tiền.

Nhật đi thẳng qua Nha Lộ Vận, tuốt vô tận đường Hoàng Diệu. Khu này có một số đường rầy xe lửa bị tháo rời. Nhiều toa xe có vẻ mục nát và sắp sụm đến nơi. Giữa những toa khác chìm trong bóng tối nhá nhem, im lặng và quạnh quẽ, Nhật thấy một toa có ánh đèn. Anh lò dò bước vào.

"Hồ Tam Kỳ!" Nhật kêu tên.

Trong toa xe cả đám đang sát phạt nhau. Ngọn đèn ở giữa sàn chỉ đủ sức soi rõ mấy con bài, nhưng không rõ mặt người.

Có lẽ cả bọn đang quyết ăn thua đủ nên không ai nghe tiếng kêu của Nhật. Anh nhắc lại, giọng to hơn.

"Hồ Tam Kỳ!"

Cả đám bỗng quay mặt ra cửa toa. Bầu không khí im lặng hẳn.

"Thằng nào kêu ông nội dzậy?"

Nhật nhỏ nhẹ.

"Tôi đây! Anh quên tôi rồi sao?"

Hồ Tam Kỳ xô hai tên ngồi hai bên hắn ra, đứng thẳng dậy. Một ngọn đèn pin chiếu thẳng vào mắt Nhật, rồi tắt phụt. Giọng nói của Kỳ.

"Không quên! Bạn muốn gì?"

"Tôi giữ lời hứa!" Nhật vẫn nhỏ nhẹ.

Hồ Tam Kỳ xòe bàn tay trái ra. Tên đàn em đứng bên cúi xuống cầm sợi xích đặt vào tay Kỳ, Nhật vẫn nhìn đám đông không chớp mắt:

"Tôi có súng."

"Cũng thế thôi! Thứ gì cũng được!" Kỳ nói giọng thách thức.

Và ngay lúc bất ngờ nhất, mặc dù Nhật đã chuẩn bị từ trước, hắn đã phóng sợi xích về phía Nhật đánh văng khẩu Colt trong tay anh.

"Sao? Người anh em muốn gì?" Kỳ nói trong tiếng cười. Cả đám cười rộ theo.

"Tôi nói là tôi có súng!" Nhật vẫn nhỏ nhẹ.

"Súng hơi hay súng nước?" Một tên chọc tức Nhật, giọng lè nhè như người say.

Nhật đưa tay thẳng về phía Kỳ, khẩu Beretta nhỏ xíu gọn trong lòng bàn tay anh và anh bóp cò liên tiếp. Cánh tay trái cầm xích của Kỳ hơi buông thỏng và Kỳ khụy xuống. Sợi xích sắt rơi trên sàn toa xe. Cả đám rú lên ù chạy. Nhật bước tới đứng trước mặt Kỳ bình tĩnh hỏi:

"Tôi không nói dối chứ?"

"Người anh em nói thiệt, nhưng có gì thay đổi đâu!" Kỳ vừa trả lời vừa đứng thẳng dậy và tiện đà câu chuyện húc đầu vào ngực Nhật. Súng vẫn còn trong tay, nhưng Nhật đã ngã xuống. Kỳ phóng qua người Nhật chạy ra toa xe và băng dọc đường Lê Văn Duyệt. Nhật chồm dậy đuổi theo. Trời tối đen và anh phải vất vả lắm mới bắt kịp Kỳ ở khu bán vật liệu xây cất trên trạm xe buýt.

Kỳ đang ngồi trong một ống cống, xé áo buộc vết thương ở chân một con dao to bản bên cạnh. Nhật ập tới, đạp chân lên con dao, túm tóc Kỳ và không nói không rằng anh thọc đầu súng Beretta vào họng Kỳ. Anh kề sát miệng vào tai Kỳ nói nhỏ.

"Một là bạn làm theo tôi, hai là tôi bóp cò. Bạn chọn kiểu nào?"

Kỳ giương mắt ngó Nhật, gật gật đầu.

"Nghĩa là làm sao? Bóp cò hả?"

"Làm theo tôi chứ?"

Kỳ gật đầu.

"Rồi sao?" Tâm hỏi tiếp, nôn nóng.

"Tất nhiên là sau đó cảnh sát đến! Trong những vụ thanh toán du đãng bao giờ cảnh sát cũng đến hơi chậm một tí!"

"Này, tụi bây nói chuyện tầm phào gì vậy? Hôm nay cho thằng Thăng say mà!" Tâm nhắc.

"Thăng, dzô cái coi!" Nhật cụng ly tôi.

"Dzô thì dzô!" Tôi nói mạnh nhưng chỉ uống một tợp.

"Hỏi thật bạn nhé! Có phải ông Phan ở luôn bên đó trị bệnh đau mũi không?"

Câu hỏi của Nhật làm tôi ngạc nhiên. Rõ ràng là nó biết nhiều điều hơn tôi tưởng.

"Vai trò của ông Phan hết thật rồi sao?" Tôi hỏi lại Nhật một cách bâng quơ trong khi đốt một điếu thuốc.

"Theo tao vai trò ông Phan chưa hết!"

"Tao không hiểu!"

"Có gì mà không hiểu. Bởi vì trước khi đi Mỹ, ông Phan vẫn đảm nhận một vai trò nào lớn ở đất nước này. Báo chí và tin đồn gán cho ông Phan một quyền lực mà thực sự ông chưa có!"

"Nhưng sao báo chí thổi phồng ông ấy lên quá vậy?"

"Có gì đâu. Chẳng qua đó là quả bóng thăm dò. Và theo tao sự thăm dò đó có kết quả."

"Nghĩa   là?"
"Nghĩa là ông Phan không thích hợp với hoàn cảnh đất nước này."

"Tao vẫn không hiểu!"

"Mày sẽ chẳng bao giờ hiểu, ông đi trên mây ạ!"

"Hai thằng nói nhăng nói cuội kia có im đi không? Có người tìm thằng Thăng kìa!" Tâm nói giọng nghiêm.

Ngó theo hướng mắt Tâm, tôi thấy từ một chiếc ô tô đậu sát lề đường bên cạnh gốc me, một cô gái bước xuống. Cánh cửa xe đã đóng lại, nhưng cô vẫn đứng yên một chỗ nhìn ngó xung quanh, trước khi đi thẳng về phía bàn chúng tôi.

Tôi nhận ra là Uyên ngay khi cô cất bước. Cô đi thẳng đến chỗ tôi ngồi, ngó quanh bàn và nói:

"Xin lỗi các anh, tôi có chút chuyện muốn nói riêng với anh Thăng!"

"Mời cô tự nhiên! Cô cứ như bọn tôi không có mặt ở đây là được rồi!" Nhật nói đùa không ác ý.

"Cám ơn anh! Tôi cũng đang nghĩ vậy!" Uyên đáp lại nhanh không để hở một phút.

Tôi kéo ghế đứng dậy. Tôi biết là mình phải về. Tôi chợt nhớ tối nay là sinh nhật của Uyên và tối nay cũng là buổi gặp gỡ chót với Quỳnh.

"Đi đâu vậy bạn?" Tâm hỏi chận.

"Tao có chút chuyện." Tôi nói.

"Chưa giới thiệu mà!" Nhật kêu lên.

"Xin lỗi. Đây là Uyên, con gái cụ Phan. Và đây là anh Nhật, nhà báo - nhà binh, anh Tâm, nhà văn khét tiếng Khô Khốc Thiền Sư, và đây là anh Phùng, "godautre" của trường Văn Khoa."

"Còn một người chưa được giới thiệu!" Nhật nhắc.

"Ai?" Tôi ngạc nhiên.

"Ông chứ còn ai?"

"Thôi, giỡn hoài!"

"Để tao giới thiệu dùm với cô Uyên." Nhật đứng dậy đưa tay về phía tôi, nói với Uyên:

"Và đây là Thăng, người đi trên mây."

"Sao lại người đi trên mây?" Uyên hỏi.

"Nghĩa là người này chỉ biết có trời trăng chứ không biết thổ thần thổ địa."

"Đủ chưa? Tao lên đường?"

"Mày tên là Thăng, nhưng chưa thể thăng sớm dễ dàng như vậy đâu!" Nhật không tha tôi.

"Làm sao bây giờ! Thủ tục xong rồi mà!" Uyên nôn nóng làm tôi tức cười.

"Thủ tục đã xong đâu!" Nhật trả lời.

"Vậy còn gì nào?" Uyên hơi xẳng giọng.

"Còn mục chót. Nhưng hơi gay!" Tâm chen vô. Tôi biết Tâm muốn để tôi đi.

"Xin anh cứ nói!" Uyên vẫn nôn nóng.

"Chuyện như vầy. Bữa nay cả bọn tôi đồng ý đi uống rượu. "Người-đi-trên-mây" là cái ông này -Tâm chỉ tôi-, ổng kêu một két bia. Một két bia là hai mươi bốn chai. Chia cho bốn đứa, một đứa sáu chai. Nãy giờ trung bình mỗi đứa ba chai. Ông-trên-mây thì chỉ mới chai rưỡi. Ổng muốn đi cũng dễ thôi. Cạn hết sáu chai phần ổng thì ổng có quyền dzọt."

Tâm khề khà như một ông già.

"Nghĩa là anh Thăng còn phải uống bốn chai rưỡi nữa?" Uyên hỏi.

"Đúng!"

"Nếu anh Thăng uống không hết thì sao?"

"Thì chưa đi" Nhật chêm vào.

Uyên cúi thấp xuống vai tôi, nói khẽ.

"Anh uống hết không?"

"Chắc không hết!" Tôi thành thật.

Tâm quay sang nói nhỏ gì đó với Nhật và Phùng, xong hắn tuyên bố:

"Cho phép cô Uyên giúp sức!"

"Cám ơn anh! Sao anh không nói sớm?" Uyên cười. "Cứ coi như anh Thăng uống ba chai. Tôi uống ba chai."

Uyên lấy bia đổ vào ly tôi và chúng tôi chia nhau hết ly này đến ly khác. Cả đám trố mắt nhìn Uyên uống bia như uống nước ngọt.

Khi tôi theo Uyên ngồi hẳn vào trong xe, nhìn qua cửa kính, tôi thấy người chủ quán vừa mang ra cây đèn dầu. Cả đám bạn tôi như những bóng đen bất động. Ánh sáng của ngọn đèn hắt lên từ phía cổ chiếu rõ những mảng cằm phản với bóng đen của cả khuôn mặt.

Xe chạy vòng theo đường Lê Văn Duyệt trở về nhà ông Phan. Tôi nghe trong hơi thở của Uyên còn đọng mùi bia rượu.

Chương 18

Khách đến đã khá đông. Phần lớn là sinh viên văn khoa và luật khoa, những trường Uyên có ghi danh lấy chứng chỉ. Mặc dù thời buổi này (mà chắc là thời buổi nào cũng thế thôi!) "phi bác sĩ bất thành phu phụ", sinh viên y khoa không thấy có trong phần khách mời của Uyên. Tôi không hiểu sự giao du của Uyên, và thật tình mà nói, tôi có bao giờ tìm hiểu chuyện riêng của Uyên. Nhưng sở dĩ tôi biết điều này là vì trên đường từ Chợ Đủi về, sau khi đã uống dùm tôi một "loáng" ba chai bia, Uyên hỏi đố là tôi có thể đoán được khách mời sinh nhật của cô tối nay là ai không. Tôi nói tôi không biết. (Mà làm sao tôi biết được?) Uyên cho hay có ba cái đặc biệt của sinh nhật cô. Trước hết là cô mừng tôi "chặt được sợi dây cuối cùng của một ràng buộc "đã" là vô ích. Thứ nữa là cô có một người bạn mới, một cô bạn gái tên Quỳnh. Và sau cùng, cái đặc biệt của sinh nhật Uyên chính là cô sẽ từ chối lời cầu hôn của một sinh viên y khoa duy nhất trong buổi tiệc này.

Khác với buổi dạ tiệc lần đầu tôi đến nhà ông Phan, không khí hôm nay ồn ào náo nhiệt và rôm rả hơn. Những người trẻ tuổi của thành phố, trong đó có một số người từ quân trường trở về phép đặc biệt, đang quây quanh Uyên và bà Phan. Hai mẹ con đứng bên cạnh nhau, giữa những người trẻ tuổi trông giống như hai chị em. Bà Phan nhỏ nhắn dịu dàng, xinh đẹp nhờ cách trang điểm đơn sơ và ăn mặc giản dị. Còn Uyên như lớn hẳn lên do cách phấn son có phần hơi thái quá một chút, mắt bôi đen, má tô hồng, môi đỏ son. Hôm nay cô mặc chiếc áo dài nhung màu tím than, điểm hoa trắng nhỏ. Áo hở cổ rất rộng, để lộ làn da trắng muốt nổi lên trên sợi dây màu đen tuyền với một thập tự giá bằng gỗ mun. Cao hơn bà Phan gần nửa đầu, Uyên giống như một người mẫu. Trước mặt tôi hôm nay là một cô Uyên lạ hẳn: sắc sảo và cương quyết. Có phải vì đây là lần đầu tiên Uyên có một khuôn mặt trang nghiêm của một người sắp quyết định một điều gì lớn lao trong đời mình?

Phòng khách đèn sáng trưng. Tất cả bạn Uyên ở ngoài vườn cây đã tụ tập hẳn vào trong. Không khí chật chội ấm cúng. Giữa phòng là một chiếc bàn hình bầu dục, mặt đá có vân. Một chiếc bánh sinh nhật lớn trong hộp kiếng đặt giữa bàn, quanh bánh là những bông hồng vàng và nhung thẫm. Quà tặng đủ cỡ nằm la liệt dưới sàn nhà.

Tôi bước về chỗ bà Phan.

"Joyeux anniversaire!"

Rất nhiều tiếng chúc mừng của những người trẻ tuổi. Như một con công, một con công "chúa", đang khiêu vũ giữa bầy, cô tươi cười, hân hoan, đáp lễ. Bà Phan thấy tôi tới gần, lên tiếng gọi.

"Thăng đến đây!"

"Mừng sinh nhật Uyên!"

"Cám ơn anh." Uyên nghiêng mặt về phía tôi. Và tôi hôn cô.

"Sinh nhật vui vẻ!" Tôi chúc một lần nữa.

Bà Phan đặt tay lên vai tôi ra dấu. Tôi theo bà bước ra khỏi đám đông. Khi đến chỗ vách có treo thanh kiếm Nhật, bà Phan dừng lại hỏi tôi, giọng trách móc dịu dàng:

"Cháu đi đâu suốt cả tuần?"

"Thưa bác…". Tôi ấp úng.

"Nghe nói cháu đã có Bản Đại Tự?"

"Thưa bác, cháu đã nhận."

"Cháu thấy sao?"

Thấy sao? Hình như có người đã hỏi tôi một câu tương tự. Thấy sao là sao? Dửng dưng! Hình như người ta nóng lòng chờ đợi một điều gì đó, nếu không có nó người ta sẽ khổ sở đến không chịu nổi, vậy mà khi điều ấy đến người ta lại thấy dửng dưng. Nhưng với bà Phan, tôi biết phải trả lời sao.

"Thưa bác…". Tôi luôn luôn ngọng trước những câu hỏi của bà Phan.

"Tôi muốn nói là cháu thấy việc xử ấy có công bằng không?"

"Thưa bác, cháu không để ý đến khía cạnh công bằng pháp lý của bản án. Chính cháu là nguyên đơn và cháu hiểu rằng tờ giấy phán quyết ấy chẳng qua cũng chỉ là một tờ giấy. Nó không thay đổi được gì đời cháu."

"Nghĩa là sao?"

"Thưa bác, cháu nghĩ là cháu đã làm một điều ngu xuẩn. Cháu đã cố gắng một cách vô ích."

"Chào anh!" Bà Phan đang nghiêm bỗng nở nụ cười hướng về phía một ông khách tiến về phía chúng tôi.

"Không dám, chào chị. Chị hồi này khỏe luôn chứ ạ!" Khách trả lời khi đứng trước mặt bà.

Đó là một người đàn ông tròn và lùn. Ông đeo chiếc kính lão nhỏ, để râu mép. Bộ quần áo ông mặc là một loại vải đắt tiền được cắt rất khéo.

"Chào bác Phan đi con!"

Người đàn ông nói với người thanh niên đứng bên mà tôi không để ý. Anh rất trẻ, trắng trẻo, gầy và hơi xanh. Mắt anh nhìn thẳng, nụ cười tự tin.

"Cháu Ngạc đang là sinh viên năm thứ ba trường đại học y khoa."

Người đàn ông giới thiệu con trai một cách trang trọng và kiêu hãnh.

"Tôi cũng xin được giới thiệu với anh đây là cháu Thăng, con trai của một người bạn thân của gia đình tôi."

"Chào cậu!"

Người đàn ông ngó tôi không mấy thiện cảm. Ông đưa tay cho tôi bắt. Những ngón tay ông rất lơi trong tay tôi.

"Uyên, lại đây con!"

Bà Phan gọi Uyên ra khỏi đám bạn cô. Bà giới thiệu người đàn ông với chúng tôi.

"Bác Đại đây là Tổng Giám Đốc Công Ty Thương Thuyền Vihaco, có tàu chạy đường Singapore và Hong Kong. Và đây là cháu Uyên!"

"Kính Bác!"

Uyên nghiêng mình lễ phép.

"Cháu Thăng tiếp khách hộ Uyên nhé!"

Bà Phan nói với tôi và đưa tay mời hai cha con ông Đại.

Còn lại một mình, tôi đi dọc theo vách tường, đến thềm cửa lớn. Tôi đứng lặng nhìn ra sân. Những ngọn đèn xanh đỏ bắt quanh các cành cây đã tắt. Đêm đang xuống. Tôi có ý trông chờ Quỳnh. Liệu cô có đến không? Tôi nhớ câu chuyện với Quỳnh sáng nay. Dường như chúng tôi đã ngầm đồng ý với nhau rằng đã đến lúc mỗi người phải sống một đời riêng. Tôi nhớ đến ông Phan, người đã vắng mặt trong ngôi nhà này, và quyền thế có vẻ như cũng đã theo ông mà ra đi. Tôi chợt nhận ra, chính ngay chỗ tôi đứng bây giờ là nơi tôi đã bắt tay ông Phan lần đầu. Cái vẻ u ám trầm mặc của vườn cây giờ đây khác hẳn với cái vẻ rực rỡ quyền quí của nó trước kia, gợi lại trong tôi biết bao điều cần suy nghĩ. Phải chăng quyền thế cũng như ánh sáng và bóng tối? Phải chăng đời sống cũng như nước thủy triều, nó tấp lên rồi rút xuống? Ông Phan đã ra đi, và đó hình như là một chuyến đi không có đường trở lại. Quỳnh và Uyên cũng sẽ ra đi, và cả hai như cũng sắp nói với tôi lời vĩnh biệt.

"Tại sao Thăng đứng đây? Vào trong này với Uyên!"

Uyên nắm cánh tay tôi thật chặt. Trong bóng tối, tôi thấy mắt cô sáng long lanh.

"Ông Tổng Giám Đốc công ty về rồi à?"

"Vâng. Bác Đại và anh Ngạc vừa về xong. Bác ấy không vui!"

Có vẻ như Uyên muốn cho tôi biết rằng cô vừa nói lời từ hôn với người thanh niên tên Ngạc.

"Mấy giờ rồi anh?"

Tôi nhìn đồng hồ tay.

"Tám rưỡi."

Tôi thấy Uyên bồn chồn nôn nóng.

"Sao Uyên chưa cắt bánh sinh nhật?"

"Uyên muốn chờ chị Quỳnh."

"Tôi sợ là sẽ quá trễ. Sắp đến giờ giới nghiêm rồi!"

"Vâng. Uyên biết. Nhưng me đã có giấy phép đặc biệt."

"Thôi, mình vào đi. Sinh nhật của cô thì cô phải có mặt với bạn bè chớ!"

"Bây giờ thì Uyên không muốn vào nữa. Uyên có chuyện muốn nói với anh. Trong đó đông người Uyên sẽ khó nói."

"Cô có biết là hôm nay cô lạ lắm không?"

Tôi gạt ngang.

"Uyên hiểu. Nhưng anh có biết anh là người không thực tế không? Tại sao anh không xin học bổng?"

"Học bổng gì?" Tôi ngạc nhiên.

"Me đã nói với anh rồi mà!" Uyên trố mắt nhìn tôi.

"Tôi không nhớ". Thật tình là tôi không nhớ.

"Me nói bố sẽ lo cho anh cái học bổng nếu anh muốn. Anh vẫn chưa trả lời đề nghị của bố?"

"A!" Tôi nhớ ra rồi. Nhưng tôi vẫn chưa tìm ra câu trả lời. Tôi bị xâu xé giữa sự ở và sự ra đi. Đi Mỹ có nghĩa là đi theo Uyên, là chạy theo một mối tình mà cả hai đều biết rằng chỉ là một thách đố, là mãi mãi chia tay với Quỳnh, là trốn lánh những móng vuốt của người đàn bà, là tự bứt mình ra khỏi Đăng và Mai mà tôi thương yêu nhất. Còn ở lại, có nghĩa là chịu đựng sức ép của một quyền lực vô hình, là chấp nhận nỗi khốn khổ của một trái tim rẫy rụa vì bị ruồng bỏ...

Tôi tin rằng dù "quyền" đã hết ông Phan vẫn còn "thế". Tôi tin chắc rằng ông Phan có thừa khả năng để lấy cho tôi cái học bổng. Nhưng để làm chi? Tôi choàng tay qua vai Uyên.

"Thôi mình vào đi?" Tôi nhắc lại.

Uyên hơi do dự:

"Anh vào trước, Uyên muốn đứng lại đây!"

Đúng vào lúc tôi sắp quay lưng, thì có tiếng chuông cổng reo.

"Chị Quỳnh!" Uyên kêu lên.

Cô nắm tay tôi, lôi tôi xuống các bực cấp. Quỳnh đang đứng bên ngoài cổng nói chuyện với người lính gác.

"Chị Quỳnh! Xin mời chị!"

"Xin lỗi chị Uyên, tôi đến trễ quá!"

"Không, không trễ lắm! Mời chị đi lối này!"

Khi người lính kéo chốt cửa mở rộng cánh cổng, Uyên nắm tay Quỳnh đi băng qua thảm cỏ. Quỳnh quay sang nói nhỏ.

"Em có món quà tặng Uyên."

Ở phòng khách mọi người đang trò chuyện rôm rả. Dàn nhạc sống với Cathy Hồng đang chơi một điệu "soul" rất thịnh hành. Rượu champagne đã được rót. Mỗi người một ly trên tay. Khi thấy chúng tôi vào, cả đám ồ lên.

"Uyên! Uyên! Uyên!"

Tiếng vỗ tay làm nhịp ầm ĩ và tiếng kêu tên Uyên từng chập.

"Nói đi! Nói đi! Nói đi!"

Cả đám tiếp tục vỗ tay và kêu Uyên tuyên bố lý do. Dàn nhạc im bặt. Cathy Hồng giơ cao tay:

"Xin im lặng! Xin im lặng!"

Cả đám quay về hướng Cathy.

"Thay mặt bạn bè, xin một lần nữa chúc mừng sinh nhật Uyên. Xin đốt nến, thổi nến và cắt bánh!"

Uyên rời chúng tôi bước lên bục gỗ. Tay cô cầm một ly rượu.

"Cám ơn! Xin cám ơn tất cả! Hôm nay Uyên mười chín tuổi. Các bạn hãy cạn ly cùng Uyên và chúc sức khỏe!"

"Chưa được! Chưa được! Chưa được!"

Cả đám lại vỗ tay đập nhịp la hét.

"Tại sao?" Uyên hỏi.

"Nến! Nến! Nến!"

Cả đám reo lên cho Uyên biết chưa đốt nến.

"Có ngay!" Uyên nói. Xong cô bước xuống đến bên chiếc bàn giữa phòng. Quỳnh đưa quà sinh nhật của mình cho Uyên.

"Chị Uyên hãy mở ra và đốt ngay. Nến mười chín tuổi đó!"

Và quay sang tôi Quỳnh tiếp.

"Anh Thăng tắt đèn hộ Quỳnh nhé!"

Cả phòng chìm trong bóng tối.

"Anh bật diêm dùm đi!"

"Chị Uyên đốt nhé!"

"Em sợ nổ lắm!"

"Không sao. Không nổ đâu!"

"Này. Diêm này!"

"Đầu này kia!" Quỳnh nhắc.

Tôi đánh một que diêm.

Một tiếng nổ lớn. Một ngọn lửa xanh lóe lên. Cả gian phòng vỡ ra những đốm sáng. Và phút chốc, mười chín đóa hoa nở bung giữa trần nhà. Ánh sáng kỳ ảo như một ngọn pháo bông.

Tiếng vỗ tay vang rền. Tôi mở công tắc điện. Gian phòng sáng rực chói chang đến khó chịu.

"Tắt! Tắt! Tắt!"

Cả đám vỗ tay đập nhịp phản đối. Chính Uyên đến tắt điện và bật một công tắc khác. Căn phòng chìm mờ trong một thứ ánh sáng tím. Màu trắng của quần áo bị ánh sáng vật lý chiếu ngược một thứ màu sắc lạ lùng. Chiếc bàn giữa phòng được khiêng đặt vào sát vách dành cho sàn nhảy. Và âm nhạc trỗi lên.

"Chủ nhân đâu? Chủ nhân đâu?" Nhiều tiếng kêu.

"Cái gì vậy?" Tôi hỏi Uyên.

"Chúng nó đòi Uyên khai mạc! Anh nhảy với Uyên nhé!"

"Tại sao không?"

Phòng đã chật ních người. Khi điệu "Soul" tiếp theo, tôi để Uyên nhảy với Tấn và đi xuống cuối phòng. Tôi thấy Quỳnh đang đứng bên bà Phan, hai người nói chuyện có vẻ tâm đầu ý hợp.

"Cháu có cô bạn gái xinh lắm! Cháu mời cô Quỳnh nhảy đi chứ? Tôi đi một vòng nhé!" Bà Phan nhắc tôi.

"Cám ơn bác!"

"Quỳnh uống gì?" Tôi hỏi.

"Anh cho em Sprite."

"Lúc nào cũng Sprite há? Đổi gout một bữa coi ra sao?"

"Em là người thủy chung mà!"

"Không có tôi sao?"

"Anh thì có trời mà biết!"

Khi đã đưa thức uống cho Quỳnh, và đứng sát bên cô trong thứ ánh sáng mờ ảo, tôi thấy Quỳnh lặng im như một pho tượng. Mãi một chập lâu sau, Quỳnh hỏi tôi.

"Anh có thoải mái không?"

"Không!"

"Anh đã tìm kiếm được chưa?"

"Tìm kiếm cái gì?"

"Hạnh phúc!"

"Có hạnh phúc thật sao?"

"Có chứ. Hạnh phúc có thật!"

"Em đã gặp nó chưa?"

"Đã!"

"Theo em thì tôi đã gặp nó chưa?"

"Sao chưa! Anh đã gặp nhưng anh có nhìn thấy nó đâu!"

"Cái gì? Ở đâu?"

"Em. Ở đây."

Em. Ở đây. Quỳnh nhắc cho tôi nhớ rằng tôi là người không bao giờ bằng lòng với cái hiện tại, cái trước mắt. Tôi phù phiếm. Tôi mơ mộng, hư vô. Tôi, con đà điểu ngu xuẩn. *Em. Ở đây.* Câu trả lời của Quỳnh như một gáo nước lạnh dội xuống đầu tôi đuổi tôi ra khỏi cơn mê.

"Hai người nói xấu gì Uyên đó?"

Uyên rời khỏi sàn nhảy, đến bên Quỳnh, và đặt tay lên vai tôi, hỏi Quỳnh:

"Sao chị Quỳnh không nhảy?"

"Em không thích!"

"Chị Quỳnh không bao giờ đi party à?"

"Thỉnh thoảng thôi, nhưng không thích."

"Uyên lấy bánh cho chị nhé!"

"Cám ơn chị Uyên. Em đến mừng sinh nhật chị. Có lẽ em xin phép…"

"Chị Quỳnh! Còn sớm mà!"

"Mai em phải đi sớm. Vả lại hôm nay còn là bữa giới nghiêm cuối cùng."

"Em cứ ở đây chơi với Uyên. Chốc nữa tôi đưa về. Đừng lo."

"Cám ơn Thăng!" Uyên nói. "Hay là mình vào trong phòng đọc sách của bố đi. Uyên kể cho chị Quỳnh nghe chuyện này hay lắm."

Đứng dưới bức tự họa của Van Gogh, Uyên bắt đầu.

"Chị Quỳnh. Trước hết, Uyên thành thực xin lỗi chị về những điều mà Uyên sẽ nói ra trong chút nữa đây. Uyên cũng xin lỗi anh Thăng bỏ qua cho Uyên nếu những điều Uyên nói có làm anh khó chịu. Nguyên do đơn giản thôi. Đó là vì Uyên yêu anh. Uyên tự hỏi không biết trên đời này còn có người nào yêu Thăng hơn là Uyên yêu Thăng không, nhưng Uyên biết chắc chắn một điều là Thăng đã không yêu Uyên bằng Uyên yêu Thăng..."

"Chị Uyên..."

Tôi nghe tiếng Quỳnh kêu lên. Nhưng Uyên đã đưa tay ngăn lại:

"Không. Chị Quỳnh cho phép Uyên nói tiếp. Bởi vì Uyên sợ là nếu Uyên ngưng lại thì Uyên sẽ không bao giờ đủ can đảm để nói nữa. Uyên biết anh Thăng đã có gia đình. Uyên cũng đã nghe người ta nói những điều không mấy tốt đẹp về anh ấy. Quả thật anh ấy có nhiều cái xấu. Hơi nhiều là khác. Nếu nhìn lên anh ấy chả bằng ai. Giáo sư! Cái "tít" ấy đối với nhiều người, nó chỉ ngang với một thứ cấp úy trong quân đội. Nó cũng không bằng một thứ thương gia hạng xoàng. Nhưng đối với Uyên, tuy anh ấy là người có một cuộc sống rất khác với cách suy nghĩ của Uyên. Uyên rất thích có anh ấy. Trong một xã hội mà người nào không sống theo đám đông, người ấy sẽ bị lên án. Uyên không dám sống khác cái đám đông ấy, nhưng Uyên tin cậy anh Thăng. Mặc dù không chấp nhận cái tính bơ bơ không thực tế của anh, Uyên vẫn nghĩ rằng tính tình của anh lôi cuốn Uyên. Người ta nói tình yêu sẽ cải biến những thói xấu nhất trở nên tốt hơn. Uyên tin điều đó. Nhưng me đã nhận ra tình yêu của Uyên. Đối với me, chỉ yêu một người có một đời vợ đã là điều không thể chấp nhận được nói gì làm vợ người ấy. Khi Uyên nói với me là "định mệnh khắc nghiệt" đã đến với tình yêu của mình thì me trả lời là ta nên cám ơn thứ định mệnh khắc nghiệt ấy, bởi sự chia ly trong đau đớn sẽ làm cho tình yêu đẹp đẽ hơn. Chính sự chia ly giúp ta tránh được thảm kịch thực sự của tình yêu..."

Tôi thả điếu thuốc hút dở xuống nền gạch hoa, dí mũi giầy lên đầu đóm thuốc.

"Em không hiểu chị Uyên muốn nói gì?" Quỳnh nói.

"Rồi chị Quỳnh sẽ hiểu. Yêu nhau mà không lấy nhau được đến nỗi phải chia tay, hoặc phải đi tìm cái chết... tình yêu ấy vẫn tồn tại. Thảm kịch của tình yêu chính là người này dửng dưng dưới mắt người kia trong khi vẫn sống bên nhau."

Tôi nhớ lại một truyện ngắn của nhà văn Anh, ông Somerset Maugham, mà có lần tôi đã thấy trên kệ sách trong phòng này. Tôi hiểu ý bà Phan muốn nói gì với con gái rượu của bà.

Một lát, tôi nghe tiếng Quỳnh thở dài.

"Chị Uyên, em vẫn không hiểu chị muốn nói gì?"

Tôi thấy Quỳnh đứng dậy, hai tay cô chống lên bàn giấy ông Phan.

"Em không tin là chị Uyên yêu anh Thăng. Chị là người được chiều chuộng quá mức. Chị có nhiều tham vọng. Chị muốn làm chủ sở hữu những gì chị ưa thích. Chị chỉ muốn có anh Thăng. Chị đâu có yêu anh ấy. Chị thích nhận hơn là cho..."

"Chị Quỳnh!" Uyên kêu lên.

"Xin chị Uyên cho Quỳnh nói. Em rất phục tài ăn nói của chị. Chị có quá nhiều điều mà em không có. Chị có một gia đình quyền thế, có một người mẹ rất hiểu biết, chăm sóc và lo lắng cho tương lai của con. Chị có quá nhiều lý trí để nói đến cái gọi là tình yêu. Đối với em tình yêu có nghĩa là kết hợp, là chia sẻ, là dâng hiến, là cho... Thảm kịch của tình yêu chính là vì tình yêu thiếu những điều đó..."

"Chị Quỳnh. Chị đã hiểu lầm em. Những gì em nói chỉ là muốn giúp chị thôi!"

"Cám ơn chị. Chị muốn giúp Quỳnh điều gì vậy?"

"Uyên muốn nói khi mình gặp một người mà mình nghĩ là mình có thể yêu, hãy yêu. Nhưng tốt nhất là đừng nên nghĩ đến việc sống chung với người đó. Theo Uyên, mình chỉ nên là tình nhân của người *mình yêu*, còn nếu phải lấy chồng thì mình nên lấy người *yêu mình*."

"Tại sao?"

"Bởi vì nếu mình lấy người đàn ông yêu mình, mình sẽ tránh được nhiều điều phiền phức, ít ra là mình sẽ không khổ, nếu họ lăng nhăng, vì mình đâu có yêu họ. Nhưng Uyên tin là họ chả bao giờ dám lăng nhăng chạy theo những bóng hồng khác đâu. Bởi vì khi họ yêu mình, họ sẽ tránh những gì làm phiền lòng mình. Chị Quỳnh nghĩ sao?"

"Em càng thán phục sự tính toán của chị!"

"Cám ơn lời khen của chị. Thật ra Uyên chỉ nói lại những gì mẹ Uyên nói. Uyên không thể sống nếu thiếu mẹ..."

"Chị thật là một người hạnh phúc! Một hạnh phúc hoàn hảo!"

Và Quỳnh quay sang tôi:

"Anh Thăng! Em muốn về!"

Tôi nhìn đồng hồ trên vách. Chỉ còn mấy phút nữa là đến giờ giới nghiêm. Tôi nhớ lại những gì Uyên và Quỳnh nói. Tôi hiểu tôi phải làm gì. Tôi đứng dậy đến bên Quỳnh. Tôi cúi xuống chiếc ghế bành, nơi Quỳnh đang trầm mình trong đó.

"Đi Quỳnh! *Anh* có thể đưa em về!"

Quỳnh đứng dậy. Cô nhìn chăm vào mắt tôi. Tôi có cảm tưởng như có một dấu hỏi to lớn trong mắt người thiếu nữ kia.

"Anh Thăng!" Tôi nghe tiếng Uyên kêu giật ngược. "Anh đi đâu vậy?"

"Tôi đưa Quỳnh về. Sáng mai sớm Quỳnh đã rời Việt Nam rồi!"

"Để em gọi bác tài, chúng mình cũng đưa Quỳnh về!"

"Thôi Uyên ạ! Uyên cứ vui chơi với các bạn. Tôi đưa Quỳnh được mà!"

Tôi nắm tay Quỳnh đi len qua phòng khách. Những người trẻ tuổi nhảy nhót trong một vũ điệu cuồng loạn. Trông họ giống như những người đồng bóng. Âm nhạc và ánh sáng có ảnh hưởng gây những cơn mê thần trí. Mạnh như Ullysse mà còn phải bịt tai trước tiếng hát q   uyến rũ đầy chết chóc của những con nhân điểu ở đảo Trinakri, huống chi tôi. Nhưng Quỳnh đã giúp tôi qua cơn sóng gió.

Uyên vẫn còn đứng nguyên ở thềm cửa thư viện. Ánh sáng từ ngọn đèn màu trên vách chiếu xuống khuôn mặt Uyên, khuôn mặt trẻ trung, xinh đẹp, quyến rũ và tràn đầy sinh lực, nổi bật trên một nền đen thẫm, như một bức tranh siêu thực.

Uyên vẫn đứng đó bất động như một pho tượng bằng sáp.

Tôi hiểu rằng tôi sẽ chia tay Uyên mãi mãi. Có Uyên, quyền lực sẽ trói buộc tôi, mà tôi thấy mình không việc gì phải chui đầu vào chiếc thòng lọng êm ái kia.

Vườn cây trong sân biệt thự ông Phan hoàn toàn chìm trong bóng đêm. Những lá cây đang thở diệp lục tố. Tôi dừng lại ở bực cấp cuối, đốt một điếu thuốc và thở khói.

Tôi choàng tay qua vai Quỳnh. Tôi muốn che chở một tình yêu. Không phải, chính tình yêu của Quỳnh đã che chở tôi. Chính tình yêu ấy đã giữ tôi khỏi ngã.

Những viên sỏi lót đường kêu lạo xạo dưới chân tôi. Tường cao lởm chởm những mảnh chai nhọn. Khi người lính kéo cánh cửa sắt dày và nặng, nhường lối cho chúng tôi đi, tôi hiểu rằng tôi sẽ không bao giờ trở lại ngôi nhà ấy nữa. Cánh cửa sắt đóng lại sau lưng tôi khép vĩnh viễn một con đường vào xứ Thục...

Ngoài trời, đêm Saigon mát lạnh. Những hạt mưa rất nhỏ đang bắt đầu rơi trên thành phố.

Tôi quên là trên tay tôi vẫn còn ly rượu chưa uống cạn. Tôi ném nó xuống mặt đường. Tiếng thủy tinh vỡ làm đầu óc tôi tỉnh táo hẳn. Đường vắng, không một bóng người. Chúng tôi đi thong thả, nhàn tản đi như những chủ nhân giàu có luôn luôn cô đơn giữa một tài sản to lớn của mình.

Đến một trụ đèn đường, Quỳnh dừng lại. Cô mở chiếc sắc tay lấy ra một xấp giấy. Tôi thấy tấm vé của hãng hàng không CAL. Lúc đầu hơi do dự, nhưng sau đó, rất quyết liệt, Quỳnh xé nát những tờ giấy trong tay mình, rải xuống mặt đường.

Mưa đã ướt tóc tôi và bắt đầu xối xả trên mặt mũi tôi. Chúng tôi ướt lạnh, co ro, run rẩy.

Ông Phan hay ông Lý? Bà Phan hay Uyên? Quyền lực hay thù hận. Tôi không biết điều gì sẽ đến với tôi. Tôi ôm Quỳnh. Chúng tôi hôn nhau cái hôn nhòa nhạt nước mưa dưới một bầu trời thấp, ẩm đục, giữa một thành phố vắng vẻ và lạnh lẽo, trong tiếng còi hụ của đêm giới nghiêm sau cùng.

www.ingramcontent.com/pod-product-compliance
Lightning Source LLC
Chambersburg PA
CBHW030637030726
47497CB00006B/1831